अभिप्राय

हरवलेल्या देवमाशाच्या पिल्लाला त्याची आई मिळेपर्यंत लिन– एक संवेदनशील मुलगी आपल्या दुर्दम्य विश्वासाच्या जोरावर, शारीरिक तक्रारींकडे दुर्लक्ष करून एका मुक्या जिवासाठी तासन् तास पाण्यात राहते, त्याची विस्मयचकित करणारी गोष्ट.

दैनिक ऐक्य, सातारा १९-०४-२००९

आपल्या स्नेहीजनांना पुस्तके भेट द्या

'ग्रेसन' या पुस्तकाचा मराठी अनुवाद

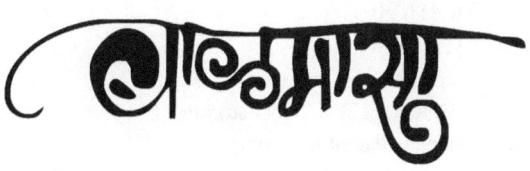

बाळमासा

लिन कॉक्स

अनुवाद
विदुला टोकेकर

मेहता पब्लिशिंग हाऊस

- *या पुस्तकातील लेखकाची मते, घटना, वर्णने ही त्या लेखकाची असून त्याच्याशी प्रकाशक सहमत असतीलच असे नाही.*

Grayson by **Lynne Cox**

© 2006 by Lynne Cox

Translated into Marathi Language by Vidula Tokekar

बाळमासा / अनुवादित सत्यकथा

अनुवाद : विदुला टोकेकर
पी २५, चैतन्यनगरी, वारजे, पुणे ५८ ✆ ०२०-२५२३१४७२

मराठी अनुवादाचे व प्रकाशनाचे हक्क मेहता पब्लिशिंग हाऊस, पुणे.

प्रकाशक : सुनील अनिल मेहता, मेहता पब्लिशिंग हाऊस,
१९४१, सदाशिव पेठ, माडीवाले कॉलनी, पुणे - ४११०३०.

मुखपृष्ठ : चंद्रमोहन कुलकर्णी

प्रकाशनकाल : मार्च, २००९

P Book ISBN 9788184980004
E Book ISBN 9789386888662
E Books available on : play.google.com/store/books
m.dailyhunt.in/Ebooks/marathi
www.amazon.in

आपल्या आयुष्यातील भरतीच्या
लाटेच्या प्रतीक्षेत असणाऱ्या
माझ्या बाळमाशासाठी, मिहीरसाठी

अनुवादिकेचे मनोगत

अनुवाद करण्यासाठी श्री. सुनील मेहतांनी माझ्या हातात ठेवलेलं 'ग्रेसन' हे पहिलंच पुस्तक. सारीच अपूर्वाई. त्यातून पुस्तकाचा विषय इतका वेगळा आणि तरुण, की वाचणाराही ऊर्जेनं भरून जावा.

एका सकाळी काही तासांमध्ये घडणारी ही एक सुरस आणि चमत्कारिक सत्यकथा. निसर्ग नेहमीच आपल्याला काही ना काही शिकवत असतो. देत असतो. आपल्या जाणिवा समृद्ध करीत असतो. त्यातून त्याचं रूप जेवढं भव्य तेवढाच तो अधिक ममताळू आणि अधिक कठोर शिक्षक. हिमालयातील शिखरांना भेट देऊन आलेले गिर्यारोहक कधीही 'हिमालय पादाक्रांत करण्याची' किंवा 'शिखरं उल्लंघण्याची' भाषा बोलत नाहीत. त्या भव्यतेने त्यांना आपल्या अस्तित्वाची, शक्यतांची आणि शब्दांपलीकडच्या संमोहनाची जाणीव करून दिलेली असते. महासागरात नेहमी सराव करणारी लिन ही निसर्गातील अशाच एका अद्भुत विलक्षण योगायोगाने आणि त्या घटनेत प्रत्यक्ष सहभागी होऊन बरेच काही शिकली.

एका वाक्यात सांगायचं, तर हरवलेल्या देवमाशाच्या पिल्लाला त्याची आई येऊन परत घेऊन जाईपर्यंत लिनने सोबत केली, एवढीच गोष्ट. हा अनुभव आहे. आणि तो घेतला आहे वय सतराच्या, विलक्षण संवेदनशील मनाच्या एका मुलीनं. शब्दांवाचून तिचा संवाद होतो. लहानग्या पिल्लाच्या आईपासून दुरावण्यानं ती व्याकूळ होते. महासागरातील अनपेक्षित हालचालींनी भांबावते. पण प्रत्येक वेळी अधिक कणखरपणे, अधिक सकारात्मकतेने पुढे येते. दुर्दम्य विश्वासाच्या जोरावर, आपल्या शारीरिक तक्रारींकडे दुर्लक्ष करून, एका मुक्या जिवासाठी तासन्तास पाण्यात राहते.

बदल्यात तिला सामोरी येते महासागरातील अनोखी दुनिया आणि आयुष्यभर जपून ठेवावा असा संस्मरणीय दिवस.

माझी मुलंही साधारण आसपासच्या वयाची. त्यांनाही या पुस्तकाची उत्सुकता होतीच. कितीदा आम्ही एकत्र गहिवरलो आणि कितीदा मूकपणे एकमेकांकडे पाहिलं.

आणखी एक छान योगायोग म्हणजे, या गोष्टीतील बहुतेक सर्व ठिकाणी मी चांगली महिनाभर राहून आले होते. क्वीन मेरी बोट, ऑईल रिग, हंटिंग्टन बीच ही माझ्या ओळखीची ठिकाणं. तिथल्या वास्तव्यात तिथला समुद्रही अनेकदा पाहिलेला. ते सारे पुन्हा अशा रीतीनं भेटतील याची मात्र मला कल्पना नव्हती. तिथल्या मुक्कामात माझ्या यजमान कुटुंबांनी हौसेनं मला सगळीकडे फिरवून आणलं, लॉस एंजेलिस बंदरातील मालवाहू जहाजांची दाटी मी पाहिली आहे. लॉंगबीच पिअरवर तर मी तिथल्या पहिल्याच आठवड्यात गेले होते. पॅसिफिकमधून पालोस वर्देस पहिले आहे आणि पालोस वर्देस वरून पॅसिफिक. भेटली नव्हती ती तिथली जिगरबाज मुलं – तीही उणीव आता भरून निघाली.

हा सुंदर अनुभव प्रत्येकाच्या मनातील लिनला जागं करील, असा विश्वास वाटतो.

इतकं छान पुस्तक विश्वासाने माझ्याकडे सोपवल्याबद्दल श्री. सुनील मेहतांना मनापासून धन्यावाद.

माझ्या पहिल्यावहिल्या अनुवादित पुस्तकाच्या अतिउत्साहात राजश्री तितक्याच उत्साहाने सामील झाली. मुद्रितशोधनाच्या कामाच्या नेहमीच्या कक्षेबाहेर जाऊन रश्मीने अत्यंत आपलेपणाने समरसून पुस्तकाचे काम केले. या दोघी व मेहता प्रकाशनाच्या सर्वच कर्मचारी वर्गाचे मन:पूर्वक आभार.

. १ .

अथांग सागरात असणं, अंबर आणि धरा यांच्यामध्ये हेलकावणं, या वाटेवर कधीही काहीही सामोरं येऊ शकतं याची जाणीव, या साऱ्यांत काहीतरी भिवविणारं आणि जादूई आहे.

तारे मंदावले होते. समुद्र आणि आकाश शाईसारखे काळेशार दिसत होते. इतके काळेशार, की माझ्या तोंडासमोरचे पाणी कापणारे माझेच हात मला दिसत नव्हते. इतके काळेशार, की समुद्र आणि आकाश यांच्यात सीमा उरली नव्हती, ते एकजीव झाले होते.

ती मार्चची सुरुवात होती आणि सतरा वर्षांची मी, कॅलिफोर्नियामधील सील बीचजवळ, किनाऱ्यापासून दोनशे यार्डांवर लाटा फुटतात, आढळतात त्या रेषेच्या बाहेर पोहत होते. पाणी थंडगार होतं. पंचावन्न डिग्रीचं आणि काळ्या बर्फासारखं मुलायम होतं. आणि मी, त्या विस्तीर्ण काळ्या सागरात एक बारीकशी चंदेरी रेघ उमटवत, मिनिटाला साठ हात मारत वेगाने पोहत होते.

सहसा माझा सकाळचा सराव सहा वाजता सुरू व्हायचा; पण त्या दिवशी मला सराव लवकर संपवून, घरी जाऊन माझा गृहपाठ उरकून, मैत्रिणींबरोबर दिवस घालवायचा होता; म्हणून मी पहाटे पाच वाजताच सरावाला सुरुवात केली होती.

प्रचंड आणि नि:शब्द शक्तींची माझ्याभोवती घुसळण चालू होती – दूरचं वारं आणि महाकाय लाटांनी निर्मिलेले पाण्याचे शक्तिशाली प्रवाह, चंद्र आणि सूर्याची गुरुत्वाकर्षणं आणि पृथ्वीचं वेगवान परिवलन. या प्रवाहांच्या लांबसडक मऊ काळ्या रेशमी लडी मला वेढून घेत होत्या. आणि त्यांना भेदण्याचा प्रयत्न करीत मी जोराने हात मारत पाणी कापत होते.

समुद्रात उठणाऱ्या नि किनाऱ्यावर आदळणाऱ्या लाटा, पाण्यात आपटणाऱ्या माझ्या बाहूंची एकसारखी लय, मी तोंडात आणि फुप्फुसांमध्ये

भरून घेतलेले श्वास आणि समुद्रात संथपणे उठणाऱ्या चंदेरी बुडबुड्यांचा आवाज, एवढंच काय ते पोहताना मला ऐकू येत होतं. मी माझ्या वेगात तल्लीन झाले होते आणि माझ्या खालचं पाणी थरथरल्यासारखं वाटलं.

ती एखादी वेडीवाकडी लाट किंवा प्रवाह नव्हता, ते काहीतरी वेगळंच वाटलं मला.

ते जवळजवळ येत होतं. पाणी अधिक जोरात हलत होतं. माझ्याखालचं पाणी घुसळलं जात होतं.

एकाएकी, त्या गडद गहिऱ्या महासागरात मला अगदी इवलंसं आणि अगदी एकाकी वाटू लागलं.

मग मला एक आवाज ऐकायला आला. तो जणू महासागराच्या खोल आतून, पोटातून आला होता.

सुरुवातीला तो आवाज अगदी हळू कुजबुजल्यासारखा आला, मग हळूहळू वाढत मोठा झाला. जणू एखाद्याने मदतीसाठी ओरडायचा प्रयत्न करावा, पण घशातून शब्द नीट बाहेर पडू नये, तसा. मी पुढे पोहत राहिले, काय घडत असावं याचा विचार करू लागले.

आवाज बदलला. एखादी किंकाळी संपावी तसा विचित्र झाला.

मनातल्या मनात, मी मला माहीत असलेल्या सागरी आवाजांची यादी चाळायला सुरुवात केली. आत्ता ऐकत असलेला आवाज त्यातल्या कशासारखा आहे, असं पाहू लागले. पण एकही जुळेना.

माझ्या अंगावर सरसरून काटा आला होता.

ते जे काही होतं. ते जवळ येत होतं.

महासागरात चैतन्य संचारलं होतं. महाप्रचंड वादळापूर्वी हवा कशी असते, तसं काहीतरी बेभरवशी, पण काहीतरी येणार, घडणार असं वाटू लागलं. पाण्यात जणू वीज खेळत होती.

कदाचित तसंच असेल, कदाचित हे पाणी येणाऱ्या वादळाची पूर्वसूचना देत असेल. कदाचित दूरवरच्या वाऱ्याची आणि मुसळधार पावसाची ऊर्जा पाण्यातून वाहून आली असेल.

मी वरती आकाशाकडे आणि लांबवरच्या क्षितिजाकडे दृष्टी टाकली.

दोन्ही अगदी स्तब्ध होतं आणि आकाशात एकही ढग नव्हता.

लाटांची उंची पाहण्यासाठी मी डोकं वर उचललं. किनाऱ्यावर जिथे

लाटा फुटतात, तिथली उंचा वाढला नव्हती. वादळा वाऱ्यामुळे बनलेल्या लाटा नव्हत्या. समुद्राच्या पृष्ठभागावरही शांतता होती. वादळाची काहीच चिन्हं नव्हती.

मला त्याचा काही अर्थ लागेना. पाण्यातली खळबळ तर तीव्र होत होती. चिडलेल्या, घोंघावणाऱ्या मधमाश्यांच्या पोळ्याशेजारच्या फांदीवर आपण बसलो आहोत, असं मला वाटू लागलं.

अगदी अचानक, जवळच समुद्राच्या पृष्ठभागावर एकदम जणू स्फोट झाला. उसळल्याचा आणि जोरात आपटल्याचा आवाज आला.

पावसाचे थेंब पाण्यावर टपकावेत तसा; पण आकाशातून तर काहीच पडत नव्हतं. काहीतरी बिघडलं होतं.

काहीतरी भयंकर बिघडलं होतं.

त्या काळ्या अंधारातून माझ्या तोंडावर काहीकाही आपटू लागलं. माझ्या हातांवर, डोक्यावर टिचक्या मारून काहीतरी जाऊ लागलं. हे म्हणजे टोळधाडीच्या समुद्रातून पोहण्यासारखं होतं. प्रत्येक आघाताबरोबर माझे स्नायू आखडत होते. मागे फिरावं आणि किनाऱ्याकडे सूर मारावा एवढंच मला वाटू लागलं.

पण मी स्वत:ला सांगितलं, शांत राहा, नीट लक्ष दे, हे काय आहे हे तुला शोधून काढायला हवं.

एक खोल श्वास घेऊन मी त्या खोल काळ्या समुद्राच्या आत पाहिलं.

अँकोव्हीची हजारो पिल्लं फुलबाजीच्या ठिणग्यांसारखी पाण्यात तुडतुडत होती. भीतीने आंधळी होऊन ती जथ्यापासून इकडेतिकडे उधळत होती. लाह्या फुटाव्या तशी पाण्याबाहेर उडत होती. कुणा 'मोठ्यापासून' दूर जायची त्यांची धडपड चालली होती.

शेकडो निळे पेटते फ्लॅशबल्ब्ज लावावे, तसा माझ्याभोवती उजेड उसळत होता.

श्वास घेण्यासाठी मी मान वळवली, तेव्हा माझ्या तोंडात काहीतरी घुसलं, माझ्या जिभेवर वळवळलं आणि दातात फडफडलं. मागे एकदा 'मेन' नदीच्या तळ्यात मी एक पाणकिडा श्वासात ओढून घेतला होता, त्यापेक्षा हे मोठं होतं, अँकोव्हीपेक्षाही मोठं होतं.

काही विचार न करता मी ते परत समुद्रात थुंकून टाकलं. त्याच्या

कडा चमकदार चंदेरी होत्या आणि ते साधारण सहा इंच लांब होतं. तो एक ग्रुनियन होता. अँकोव्हीच्या पिल्लापेक्षा जवळजवळ दुपटीने मोठा मासा. ग्रुनियन अँकोव्हीच्या मागे आले होते, पाण्यातून त्यांना पकडत आणि सबंध मटकावत.

माझ्या मांड्यांवर आपटत, खांद्यांवर आपल्या काटेरी कल्ल्यांचे फटके मारत, आणखी ग्रुनियन पोहत येत होते; पण मी हसले. ग्रुनियन परत आले होते. दरवर्षी वसंतात आणि उन्हाळ्यात ग्रुनियन कॅलिफोर्नियात परत येतात. पौर्णिमा किंवा अमावस्येला, जेव्हा भरती असते, त्या वेळेची वाट पाहत ते अगदी किनाऱ्याजवळ थांबलेले असतात. भरतीच्या लाटेबरोबर किनाऱ्यावर येऊन त्यांना अंडी घालायची असतात. दरवर्षी त्यांचं परत येणं, किनाऱ्यावर कुठे आणि कधी पोहत यायचं हे नेमकं ठाऊक असणं हा एक चमत्कारच आहे.

प्रथम एकटा नर ग्रुनियन, टेहळणीसाठी पुढे पोहत येतो. काठावर जर सगळं आलबेल असेल, तर ग्रुनियनच्या शेकडो माद्या त्याच्या पाठोपाठ येतात. एकेकीबरोबर अगदी आठ-आठ नर ग्रुनियनसुद्धा पोहत असतात. ते एक विशिष्ट लाट निवडतात, परतीची लाट, जी त्यांना उंच उचलून किनाऱ्यावर लांबवर पोहोचवते. जेणेकरून मादीने घातलेली अंडी पुन्हा वाहून समुद्रात जाणार नाहीत.

एकदा मादी ग्रुनियन किनाऱ्यावर पोहोचली, की आपल्या शेपटीने वाळूत एक खळगा करते. मागेपुढे वळवळत त्या मऊ ओल्या वाळूत घुसत ती अगदी तिच्या ओठांपर्यंत स्वतःला पुरून घेते. तिथे ती जवळपास तीन हजार अंडी घालते. एक नर ग्रुनियन तिच्याभोवती कमान करतो आणि अंडी फलित होण्यासाठी आपला स्राव त्यांच्यावर सोडतो. मग हे आईबाबा ग्रुनियन पुन्हा पोहत समुद्रात जातात. अंडी दहा दिवस त्या उबदार वाळूत उबतात. मग ती ग्रुनियनची बाळं अंड्यातून बाहेर पडतात आणि लाटेवर स्वार होऊन आपलं महासागरातील जीवन सुरू करण्यासाठी समुद्रात प्रवेश करतात.

त्यांना किनाऱ्यावर येताना पाहायला मला फार आवडायचं, ग्रुनियन शोधायला जायलाही मला फार आवडायचं. दक्षिण कॅलिफोर्नियात तो एक मोठा कार्यक्रम असे. उन्हाळ्यात चांदण्याने उजळलेल्या रात्री आम्ही मैत्रिणी भेटायचो आणि ग्रुनियनची वाट पाहायचो. वाळूतल्या

एखाद्या उंचवट्यावर येणाऱ्या लाटांच्या पल्ल्याच्या अलीकडे, आमची भडक पट्ट्यापट्ट्यांची बीच ब्लँकेट्स अंथरायचो. मग अधिक उबदार पांघरुणात लपेटून, कधी एकेकट्या, तर कधी समुद्रावरून येणाऱ्या थंड दमट वाऱ्याच्या सोसाट्यापासून बचाव करण्यासाठी एकमेकीला खेटून बसायचो. आम्ही गप्पा मारायचो, मासे घाबरून दूर जाऊ नयेत, म्हणून दबक्या आवाजात, कुजबुजत. आम्ही बोलायचो आमच्या खास मित्रांबद्दल आणि मैत्रिणींबद्दल, उन्हाळ्यातले बेत आणि बर्बेक्यूबद्दल, आमची आयुष्यं आणि आमची कुटुंबं यांच्याबद्दल. आमची स्वप्नं आणि आमच्या भावनांबद्दल. आम्ही आमची आयुष्यं धुंडाळायचो, कधी पांघरुणाखाली हात हातात घेतले जायचे. आम्हीदेखील अस्वस्थपणे आमच्या भरतीच्या लाटेची वाट पाहात होतो.

मग घोळक्यातलं कुणीतरी उत्तेजित होऊन कुजबुजायचं, "तो बघ, तिकडे!"

आम्ही उडी मारून पायावर उभ्या राहायचो, एकांडा मासा शोधत आमची नजर किनाऱ्यावर फिरायची. वाळूत एकटा मासा फडफडताना दिसला, की आम्ही वाट पाहात थांबायचो. तेवढा काळ युगासारखा वाटायचा. काही मिनिटांनी एक लाट शेकडो ग्रुनियन्सना उचलून आणायची. त्या लाटेवरच्या इतक्या माशांनी ती इतकी जड झालेली असायची, की इतर लाटांपेक्षा हळूहळू वर यायची. ती खाली वळली, की तिच्यातून शेकडो ग्रुनियन डोकी, शेपट्यांचे फाटे फुटलेले दिसायचे.

लाट किनाऱ्यावर आपटून फुटायची आणि ग्रुनियन गिरक्या घेत, वाळूत आपटत, फडफडत, पाण्याच्या कडेपासून स्वत:ला लांब खेचत जायचे. त्यांचे गिल्स हवेसाठी आतबाहेर धपापत असायचे. ते त्यांचा श्वास दोन ते तीन मिनिटं धरून ठेवू शकतात. आपलं वंशसातत्य चालू ठेवण्यासाठी त्यांना समुद्र सोडून किनाऱ्यावर यावं लागतं. हे सारंच मला मोठं अजब वाटायचं. मंत्रमुग्ध होऊन आम्ही त्यांचं नृत्य पाहात राहायचो.

ग्रुनियनची अंडी घालण्याचं काम झालं, की ते पुन्हा उड्या मारत पाण्याकडे निघायचे. त्याच क्षणी आम्ही वाळूतून पुढे व्हायचो. आमच्या पायाच्या मागच्या बाजूला चिखल उडायचा, पण आम्हाला ते ग्रुनियन हाताच्या ओंजळीत धरायचे असत.

कोमट केलेला लोण्याचा गोळा असावा, त्यापेक्षा ते अधिक सुळसुळीत, गुळगुळीत, सटकणारे असायचे. त्यांना हातात धरणं महाकठीण. मैत्रिणींना,

मला कधी ग्रुनियन मिळायचेही; पण इतर लोक करायचे, तसं त्यांना घरी न्यावं, मक्याच्या पिठात घोळून छान शिजवावं आणि त्यावर ताव मारावा, असा कधीही एकीचाही जीव झाला नाही. तसं केलं असतं, तर आमची ते सारं दृश्य बघण्यातली जादूच संपून गेली असती. त्यांना आमच्या ओंजळीत धरावं, त्यांच्या शरीरातून धावणारं जीवनचैतन्य अनुभवावं आणि पुन्हा त्यांना उबदार खाऱ्या पाण्यात सोडून द्यावं, यातच आमचा आनंद होता.

पोहता पोहता त्या चपळ, चंचल ग्रुनियनच्या थव्याशी माझं नातं जुळल्यासारखं वाटू लागलं. त्यांच्याबरोबर पोहायला मिळत आहे, म्हणजे आपण नशीबवान आहोत असं मला वाटू लागलं. पण तेवढ्यात माझ्या लक्षात आलं, की त्यांच्यामुळे अल्बाकोर ट्युनाचा एक लहानसा थवा इकडे आकर्षित झाला आहे.

सहसा ट्युना किनाऱ्यापासून वीस मैल आत राहतात किंवा फिरतात; पण अन्नाच्या सुकाळाने त्यांना इथे ओढून आणलं होतं. अल्बाकोर ट्युना हे मासे मोठे असतात. त्यांचं वजन वीस ते चाळीस पौंडांच्या दरम्यान असतं. बीचच्या झाडाच्या भल्यामोठ्या पानांसारख्या लंबगोल आकाराच्या या माशांची पाठ गडद निळ्या रंगाची असते. बाजू व पोट करड्या-निळ्या रंगाचं असतं. ते अतिशय वेगानं पोहतात. अगदी टर्बो इंजिन बसवल्यासारखं.

पहिल्यांदा हे ट्युना माझ्या डावी-उजवीकडे झुपकन जायचे. पाणी ज्या प्रकारे हलायचं, डुचमळायचं त्याची मला मजा वाटली. पण जसे ते ग्रुनियन्सला पकडायला पाण्याबाहेर उड्या मारू लागले, तशी मला काळजी वाटू लागली. चाळीस पौंडी ट्युनाची धडक मला नको होती. मी जरा उजवीकडे झाले. मग जरा डावीकडे आले; पण ते सगळीकडे होते.

आणि तसं झालंच. एक मोठा ट्युना – पस्तीस पौंडांचा तरी असेल – उसळी मारून पाण्याबाहेर झेपावला. तो सरळ येऊन माझ्या पाठीवर आदळला. मी जोरात उडी मारली. मग एक खांद्यावर येऊन आपटला. मला गुदगुल्या होऊन हसू यायला लागलं. मला कुशीवर वळावं लागत होतं, श्वास लागत होता. ट्युनांचा पाऊसच पडत होता. किती विचित्र, किती 'जंगली', किती किती मजेदार!

माझ्या हेही लक्षात आलं, की या ट्युनाच्या पाठोपाठ मोठे मासेही येऊ शकतात. आणि मोठे मासे म्हटल्यावर मला फक्त शार्कचंच नाव

सुचलं. त्यामुळे मी या मेजवान्यांच्या भाऊगर्दीपासून दूर किनाऱ्याच्या जवळ जायचं ठरवलं. मी जशी जमिनीच्या जवळ जाऊ लागले, तसं धक्क्याच्या उत्तरेला असलेल्या घरांमध्ये चाललेल्या घडामोडी दिसू लागल्या.

मंडळी जागी होऊ लागली होती. दुसऱ्या मजल्यावरच्या खिडक्या, ज्या काळपट करड्या रंगाच्या आणि रिकाम्या होत्या, त्यांचे आता चमकणारे मोठमोठे सोनेरी चौरस झाले आणि जसे लोक उठून स्नानगृहात आणि खालच्या मजल्यावर येऊ लागले, तसतसे अधिकाधिक खिडक्यांचे चौकोन सोनेरी होऊ लागले. माझं मन त्या सोनेरी उबेत पोहोचून गुरफटून बसलं.

मला थंडी वाजत होती. मार्चमध्ये पॅसिफिकचं तापमान पन्नास (फॅ.) च्या घरात असतं, माझ्या भोवतीचं पाणी माझ्या शरीरातील उष्णता काढून घेत होतं. एखाद्या बर्फाळ दिवशी गरम रजईत गुंडाळून बसावं आणि कुणीतरी खसकन ते पांघरूण ओढून घ्यावं, तसं झालं होतं. शरीरातील उष्णता कमी होण्यावर उपाय म्हणजे, उष्णता निर्माण होईल एवढ्या वेगाने मी पोहणं. पण माझी त्वचा सारखी गार पडत होती, त्या पाण्याइतकी गार. थंडी अगदी खोल, माझ्या स्नायूंपर्यंत पोहोचत होती.

किनाऱ्यावरून आलेल्या झुळकीनं पाण्यावरून गरम, गोड सुगंध आणले –खरपूस बेकनचा अन् तळलेल्या अंड्यांचा, साजूक पॅनकेक्सचा आणि उकळणाऱ्या कॉफीचा दाट कडक वास. मी एक तासापेक्षा जास्त वेळ पोहत होते आणि माझं पोट चांगलं मोठ्या आवाजात गुरगुरू लागलं होतं. आता फक्त उत्तरेच्या लहानशा जेट्टीपर्यंत जायचं आणि परत फिरायचं. शेवटचा अर्धा मैल पाहून धक्क्यापर्यंत पोहोचायचं, की संपला माझा सराव.

मी जरा सैलावले. मी हात पूर्ण पसरत होते. माझे बाहू आणि पंजे जड पाणी ढकलताना मला जाणवत होते. माझ्या खांद्यांचं पूर्ण गोल फिरणं, माझ्या पायांची हलकीशी लाथ हेही मला जाणवत होतं. रेशमी कपडा अती नितळ त्वचेवरून घरंगळावा, तसं माझं शरीर पाण्यातून सळसळत होतं. माझा श्वासोच्छ्वास दीर्घ आणि सहज होत होता. मला छान वाटत होतं. मी पुन्हा माझ्या नेहमीच्या वेगाच्या लयीत आले होते. निसर्गाच्या प्रवाहाबरोबर पुढे जात होते. माझ्याभोवती फिरणारे प्रवाह, समुद्राची गाज, वाऱ्याच्या झुळका सगळं अगदी छान जुळून आलं होतं. फक्त खाली विचित्र स्तब्धता पसरली होती.

सगळे मासे अदृश्य झाले होते.

मी डोकं उचलून आधी उजवीकडे पाहिलं, मग डावीकडे. काहीच दिसलं नाही. मी पुन्हा तोंड पाण्यात घालून गॉगलच्या स्वच्छ काचेतून पाण्यात नीट बघितलं. मध्यरात्री विहिरीत डोकवावं, तसं वाटलं. मला दिसलं काहीच नाही, पण तिथे काहीतरी होतं, हे मला जाणवत होतं.

पाणी आधीपेक्षा जास्त जोरात हलायला लागलं. एखाद्या प्रचंड वॉशिंग मशिनमध्ये पोहल्याप्रमाणे मी वर-खाली घुसळले जाऊ लागले. पाणी हललं आणि मी एका महाकाय बुडबुड्याच्या वरती आले. तो खालून सरळ वर येत होता. जोराची ऊर्जेची कंपनं निर्माण करत होता. मला वाटलं, खाली एखादं अंतराळयान फिरत असावं. पाण्यात एवढं मोठ्ठं मला या आधी कधीच काही जाणवलं नव्हतं.

■

. २ .

झटकन उजवीकडे वळून मी जरा उथळ पाण्यात उडी मारावी म्हटलं, पण माझ्या खालचा तो प्राणी पाण्यात भलं मोठं भगदाड पाडत होता. मला धरायला काहीच नव्हतं. आधाराला काहीच नव्हतं. मी त्या प्रचंड भगदाडात पडू लागले. एखाद्या कड्यावरून खाली अविरोध कोसळावं तसं. ते पडणं मला थांबवता येत नव्हतं, मी ते जरा सौम्य करायचा प्रयत्न केला.

माझा विस्तार वाढावा, माझ्या शरीराच्या पृष्ठभागाचा आकार वाढावा आणि पाण्याला थोडा विरोध निर्माण करावा, यासाठी मी माझे हात-पाय पूर्ण लांब पसरले. पण ते पडणं माझ्या आवाक्याबाहेर गेलं होतं, मी त्या भोकात आणखी खोल खोल जात होते.

माझी नस अन् नस जागी झाली होती. काय करावं याचा विचार माझा मेंदू करत होता. आणि माझे डोळे सताड उघडे राहून त्या गूढ काळ्या समुद्रात पाहत होते.

माझे हात भराभर हलवून माझ्या शरीराखाली आणत मी काही उंची गाठता येते का ते पाहिलं. त्या भोकातून बाहेर पुन्हा पृष्ठभागावर येण्याइतकी उंची मिळायला हवी होती. पण माझ्यात शक्तीच उरली नव्हती.

ते जे काही होतं, ते इतक्या प्रंचड वेगानं पोहत होतं, की मी त्याच्या भोवऱ्यात ओढली जात होते.

माझे हात जमतील तेवढ्या भरभर फिरवत मी त्या पाण्याच्या जाळ्याच्या बाहेर यायचा प्रयत्न करू लागले. जेवढ्या जोरात जमतील तेवढ्या जोराने मी पाय मारू लागले. मी सहसा पायाने लाथा मारत नसे. पाय मारण्याचा मला भारी कंटाळा, पण माझ्या शरीरात ॲड्रिनलिन धावत होतं. माझं हृदय धडधडत होतं आणि माझा श्वास जोराने चालला होता. माझा मेंदू वेगाने विचार करत होता.

मला आपल्याबरोबर धारेला लावण्याएवढं मोठं काय बरं असू शकेल? कॅलिफोर्निया सी लायन, त्यांचं वजन असतं अडीचशे पौंडांपर्यंत आणि चांगले सहा फुटांपर्यंत ते वाढतात. पण नाही, ते त्यापेक्षा बरंच मोठं वाटत होतं, अधिक ताकदवान, अधिक वेगवान आणि त्याने पाण्यात इतका मोठा खड्डा पडला होता. शार्क असेल?

सील बीच ही पोहण्यासाठी नेहमीच सुरक्षित जागा मानली गेली होती. गेली कितीतरी वर्षं मी दिवसा-रात्री कुठल्याही वेळेला इथे सराव करत आले होते. पण परिस्थिती बदलूही शकते. माझ्या डोक्यात विचार चालू होते. काय असेल ते? देवमासा असेल का? माझ्याखाली दडून बसलेलं ते काय होतं?

माझं धावणारं हृदय जरा ताळ्यावर आणण्यासाठी मी श्वासावर ताबा मिळवला. त्यामुळे मला पाण्यातली हलकीशीही थरथर जाणवली असती. मी उजवा हात लांब केला. आता समुद्रातले प्रवाह माझ्याखालून वाहत होते, जणू नेब्रास्कामधील मक्याच्या शेतातून चाललेली थंडगार, लांबलचक वाऱ्याची झुळूकच. काही विचित्र, वेगळेपणाचा मी शोध घेत होते. उत्तरी पठारांवर वारे वाहताना दिशा बदलतात, तसे माझ्याखाली परस्परविरुद्ध दिशांना वाहणारे प्रवाह मला जाणवत होते; पण काहीच विचित्र नव्हतं. काहीच असाधारण नव्हतं.

ते जे काही होतं, ते पोहत दूर गेलं होतं. निदान अशी मला आशा होती.

त्यानंतर माझा ताबा आणि लक्ष विचलित झालं. मी दोन श्वास भराभर घेतले आणि डोकं खाली वाकवून किनाऱ्याकडे सूर मारला. हे असलं करीत राहणं मला शक्य नव्हतं. लाटा फुटतात त्याच्या अगदी जवळून पोहायचं मी ठरवलं. तिथे जरा अधिक सुरक्षित होतं. आणि गरज पडली असती, तर मी लवकर पाण्याबाहेर येऊ शकले असते.

एकदम पाणी उडलं. जोराचा फवारा. माझ्या आठवणीतला तो सगळ्यांत मोठा फवारा होता. तीस मैल वेगाने चाललेल्या सिगार* बोटीच्या शेपटासारख्या, उंचवट्याच्या लाटा मला वर-खाली उडवू लागल्या.

---

* तीस ते पन्नास फूट लांब आणि आठ फूट रुंद स्पीड बोट. १९७०-८० च्या सुमारास अमली पदार्थांच्या वाहतुकीसाठी कॅनडा-अमेरिकेत याचा वापर मोठ्या प्रमाणावर केला गेला, म्हणून यांना 'सिगारेट बोट' किंवा 'सिगार बोट' म्हणतात.

सहजप्रेरणेने मी वळून किनाऱ्याकडे सूर मारला. लाटांच्या अगदी कडेने पोहायचा माझा विचार होता. माझा हिशोब चुकला होता.

तवा आणि उलथनं यांच्यामध्ये सापडलेल्या धिरड्यासारखी माझी स्थिती झाली. एक लाट गर्जना करून माझ्या डोक्यावर फुटली, तिने मला आडवं करत गरगर फिरवलं आणि त्या टणक वाळूवर आपटलं. माझा स्विमसूट वाळूनं भरून गेला. कानातही वाळू जाऊन बसली. परत जाताना तिने किनाऱ्यावरून मला खेचून नेलं आणि पुन्हा येणाऱ्या नव्या लाटेकडे ढकललं.

मी त्या लाटेच्या तावडीतच सापडले, त्या लाटेनं मला अगदी आत नेलं. मला अगदी चावून टाकलं. आणि असं काही गरगर फिरवलं, की मला वर काय अणि खाली काय कळेनासं झालं. मग पुन्हा त्या गच्च टणक वाळूवर नेऊन फेकलं. मला चांगलाच मार लागला.

सगळं उलटंपालटं झालं होतं. मी पूर्ण भंजाळून गेले होते. पुन्हा पुन्हा माझं मन त्याच प्रश्नाकडे धावत होतं : माझ्याखाली पोहणारं काय होतं? मी स्वत:लाच भीती दाखवत होते. पाण्यात राहण्यासाठी मला मनाशी झगडावं लागत होतं. मला बाहेर यावंसं वाटत होतं.

पण मी स्वत:चं एक बौद्धिक घेतलं. तुला इथं ठामपणे उभं राहायला पाहिजे. पुन्हा नीट लक्ष दे. पुन्हा वेग पकड. आत्ता जर तू घाबरून पाण्याबाहेर आलीस, तर लांब पल्ल्याच्या पोहण्याच्या वेळी तुला तेच करावंसं वाटेल. सराव करायचा तो तुझा आत्मविश्वास आणि तुझी ताकद वाढवण्यासाठी, हे तर झालंच; पण तुझ्याभोवती काय घडत आहे हे सुद्धा तुला टिपता आलं पाहिजे. तुला जागरूक राहायला हवं. म्हणजे काही घडलं तर तुझा प्रतिसाद तात्काळ असेल.

माझ्या मनाला धीर देत, मी त्या थंड, टणक वाळूवर उभी राहिले. तोच आणखी एक लाट माझ्यावर येऊन आदळली. माझ्या नाकातोंडात खारं पाणी उडवीत. मी धडपडले. पण जमेल तेवढ्या भरभर तळाशी पाय घासत मी जेव्हा कमेरइतक्या पाण्यापर्यंत आले, तेव्हा लाटेखाली सूर मारला. सॅनगॅब्रिएल नदीच्या बांधाजवळ (जेट्टी), समुद्रतळाला स्पर्श करणं, हे काही मला आवडणारं नव्हतं. ते धोकादायक होतं.

नदीच्या वरच्या बाजूला दोन मैलांवर एडिसन विद्युतनिर्मिती केंद्र होतं. पाणचक्कीला थंड करणारं पाणी नदीत सोडलं जात असे. हे कोमट पाणी नदीतून वाहत यायचं. बांधाजवळ वळून किनाऱ्याजवळ पसरायचं. इथे पाणी दहा अंशांपर्यंतसुद्धा गरम असायचं. थंडीच्या दिवसांत तर समुद्रातून वाफा येताना दिसायच्या. स्टिंग रेज या पाणविंचवांना हे कोमट पाणी फार आवडायचं. ते इथं एकत्र जमायचे, इथंच त्यांचे सामुदायिक विवाह व्हायचे आणि त्यांची संख्या इतकी वाढायची, की नदीवरचा हा बांध म्हणजे पाणविंचवांचं गावच व्हायचं. विरळ लोकवस्तीचं सिनसिनाटी नव्हे, तर जिथे हातपाय पसरायला भरपूर जागा असते, मोठी घरं, ओसरी, भलंमोठं परसू याला जागा असते. ते असतं पाणविंचवांचं मॅनहॅटन, जिथे काही पाणविंचू मऊ, बारीक वाळूत एकमेकांपासून काही इंचांवर राहायचे. आणि बाकीचे एकमेकांच्या डोक्यावर राहायचे. पाण्याखालच्या एक प्रकारच्या चाळी आणि वसाहतीच त्या.

पाणविंचू तसे पाळीव असतात. स्थानिक मत्स्यसंग्रहालयात ते माणसांची वाट पाहत, 'हात लावू शकता' अशा पेटीत पडलेले असतात. लोकांनी त्यांना पाळीव पपूसारखं थोपटावं म्हणून ते पाण्याच्या कडेपर्यंत वरती येतात. पाणविंचू हे चपटे मासे असतात, हाताला त्यांचा स्पर्श ओल्या द्राक्षासारखा लागतो. त्यांचा रंग वरती फिकट करडा असतो, तर खाली पांढरा आणि त्यांचा व्यास साधारण दोन फूट मोठा असतो. सहसा इतर आक्रमकांपासून लपून राहण्यासाठी ते स्वतःला मऊ वाळूत गाडून घेतात आणि त्यांच्या डोक्यावर असलेल्या दोन डोळ्यांनी जगाकडे बघतात. त्यांच्या लांब शेपटीचा उपयोग ते पाण्यात पुढे जाण्यासाठी वल्ह्यासारखा करतात.

या शेपटाच्या टोकाशी, म्यानात बंदिस्त केलेला एक काटा असतो. जर एखाद्या पोहणाऱ्याचा किंवा चालणाऱ्याचा पाय चुकून पाणविंचवावर पडला, तर स्वसंरक्षणाचा उपाय म्हणून तो शेपटाचा एक फटका मारतो आणि तो काटा म्यानासकट त्या माणसाच्या पायात घुसवतो. ते म्यान म्हणजे एक प्रथिनाचं आवरण असतं, ते भयंकर झोंबणारं असतं. आणि त्यामुळे पाय सुजून नेहमीच्या आकाराच्या दुप्पट-तिप्पट मोठा होतो. आतला काटाही तेवढाच वाईट असतो. बाणाच्या टोकासारखी त्याला

दोन्ही बाजूला मागे वळलेली टोकं असतात. काटा पायात घुसला, की तो पक्का अडकून बसतो. तो शस्त्रक्रिया करूनच काढावा लागतो.

मी पुन्हा पाण्यात शिरताना नीट खबरदारी घेत होते, पण तरी माझा पाय कशाच्या तरी कडेवर पडला. ते माझ्या पायाखाली वळवळलेलं मला जाणवलं. ते आणखी वळवळल्यावर मात्र माझ्याच्याने राहवलं नाही. मी ओरडले. चांगलीच जोरात ओरडले. सहसा मी आरडाओरडा करीत नाही. मी पाण्याबाहेर उंच उडी मारली. मी नीट विचार करत नव्हते. नक्कीच माझा मेंदू नीट काम करत नव्हता.

माझे पाय तळापासून सुटले आणि मला काही कळण्यापूर्वी पुन्हा खाली येऊ लागले. मला पाय खाली येणं थांबवायचं होतं, पण मला भराभर काही सुचतच नव्हतं. पाय पुन्हा वरती उचलावं हेही मला सुचलं नाही. पाण्यातूनसुद्धा गुरुत्वाकर्षण त्यांना जोरात खेचत होतं.

माझे पाय खाली टेकले आणि मी वेगाने त्या घाणेरड्या बारीक वाळूत पोटर्यांपर्यंत आत गेले.

माझ्या पायांवर काहीतरी जोरात आपटू लागलं. मोठ्या वाघळांसारखे ते जीव माझ्याभोवती घोंघावत, फडफडत होते. मला काहीतरी चावणार या भीतीने मी श्वास रोखून धरला.

माझा ज्या कशावर पाय पडला होता, त्याने पाणविंचवांची अख्खी वस्ती चाळवली होती आणि त्यांचे शेजारीही – गिटार मासे, फावड्यासारख्या नाकाचे शार्क आणि वाळून दडलेले किंवा झोपलेले हॅलिबट. पाणविंचवांनी एक चळवळीची आगगाडीच सुरू करून दिली. अख्खा समुद्रतळच माशांबरोबर पोहू लागला होता. धोक्याची सूचना मिळाल्यामुळे, आकांताने सुटकेसाठी धडपडताना ते एकमेकांवर आणि माझ्यावर धडकत होते.

त्या तळापासून पाय उचलण्याची आत्यंतिक इच्छा मला होत होती; जणू मी लालबुंद निखार्यांवर उभी आहे. पण मी महत्प्रयासाने माझे पाय त्या लिबलिबीत गाळात रोवून ठेवले होते. कारण मला माहीत होतं, की मी जर पाय उचलला नाही आणि दुसर्या कशावर तरी ठेवला नाही, तर मला काही चावलं नसतं. पण पुन्हा एकदा माझ्या पायांच्यामध्ये काहीतरी वळवळलं आणि त्याची वरच्या दिशेने होणारी वळवळ मला जाणवली, तेव्हा मात्र मी आधीपेक्षाही जोरात किंचाळले.

माझं सारं लक्ष एकवटून मला उभं राहावं लागत होतं आणि येणाऱ्या लाटेची अनंतकाळ वाट पाहावी लागत होती. एकदाची ती लाट आली आणि तिने मला तळापासून वर उचललं. मी जोरात पाय मागे झाडायला सुरुवात केली आणि वेड्यासारखी त्या फेसातून पोहत निघाले.

लाटांमधून बाहेर आल्यावर मी पाहिलं, तर माझा जांभळा-पांढरा नायलॉन सूट वाळूनं इतका गच्च भरला होता, मला वाटतं मी किनाऱ्यावरची अर्धी तरी वाळू बरोबर घेऊन आले असेन.

आजचा सराव अतिशय भयाण होता, पण मी तो पूर्ण करण्यासाठी स्वत:ला बजावीत होते. कारण मी आणखी एखादी खाडी पोहून जायचं ठरवलं, उदा. कॅटलिना खाडी पोहण्याचा विश्वविक्रम तोडणं, तर कुठल्याही गोष्टीसाठी माझ्या मनाची तयारी हवी आणि आजच्यामुळे त्या 'कशाचीही' तयारी होत होती. यालाच तर सराव म्हणायचं!

खाली वाकून मी स्विमसूटचा तळाचा भाग एका बाजूने ओढून धरला आणि पायाच्या प्रत्येक भोकातून वाळूचे मोठमोठे लपके वाहून जाऊ दिले. मी पुन्हा पोहायला सुरुवात केली, पण सूटच्या वरच्या भागातही वाळू होती आणि ती खरखरीत वाळू घासत होती.

पुन्हा थांबून वाळू काढावी लागणार म्हणून माझी चिडचिड झाली. पण आत्ता थांबले नसते, तर बुटात गोटी घालून धावण्यापेक्षा वाईट अवस्था झाली असती. माझ्या हाताच्या हालचाली आणि स्विमसूटमधली वाळू यांचा एक छान खर कागद होऊन त्याने माझी त्वचा पुरती घासून निघाली असती. पण मी थांबून ती काढत बसले नाही. त्याऐवजी मी स्विमसूटचा समोरचा भाग मोकळा केला, जोरात पाय मारले आणि खाऱ्या पाण्याने सूटमधील वाळू धुऊन जाऊ दिली.

आत्ताच थांबलं पाहिजे. स्विमसूट नीट केला पाहिजे, आत्ताच काळजी घेतली, तर पुढे त्रास होणार नाही हे मला समजत होतं, पण इतका वेळ थांबावं लागत आहे, म्हणून मी वैतागले होते. मी जशी खाडी पोहून गेले असते, तशा वेगाने पोहायचा सराव मला करायचा होता.

महासागरावरचा प्रत्येक दिवस वेगळा असतो. रोज मी वाऱ्याच्या कुंचल्याने समुद्रावर मारलेले मोठमोठे फटकारे बघायचे. जेव्हा सूर्य क्षितिजाच्या वर यायचा, तो क्षण मला कळायचा. समुद्राच्या चंचल पृष्ठभागावर पसरणारा लालिमा मी पाहायचे. लाल, केशरी, पिवळ्या

रंगाची जिवंत जादू, स्वच्छ मोकळ्या सकाळी वेगळी प्रफुल्लित व्हायची. ढगाळ दिवशी, सूर्यप्रकाशसुद्धा मंद, सौम्य अन् धूसर असायचा.

एक खोल श्वास घेऊन मी ताण हलका केला आणि आकाशाकडे पाहिलं. पृथ्वी गरगरत सूर्याच्या जवळ निघाली होती.

मंद प्रकाश होता. आकाशाचा चमकदार काळा रंग बदलून धुरकट राखाडी होत होता. आणि स्वर्गाच्या त्या भव्य आरशात, समुद्रात या बदलाचंही प्रतिबिंब पडत होतं. खूप मोठा दीर्घ श्वास घेऊन मी आणखी थोडी सैलावले.

प्रकाशाच्या चाहुलीमुळे मी जरा आश्वस्त आणि धीट झाले. आता मला दिसेल तरी, कोण माझ्याखाली पोहतंय ते. अज्ञानापेक्षा माहिती असलेली केव्हाही बरी.

मी डोकं उचलून माशाच्या पराचा वेध घेऊ लागले. हा पर जर टोकेरी आणि कोनात असेल आणि जर तो या बाजूकडून त्या बाजूकडे हलत असेल, तर तो शार्क असतो. जर पाठीवरचा हा पर थोडा वळलेला असेल आणि वर-खाली हलत असेल, तर तो डॉल्फिन असतो.

माझ्याखाली जे कुणी पोहत होतं, त्याचा आकार अतिभव्य असावा, कदाचित माझ्या भीतीमुळे तो आणखीच मोठा वाटत होता.

निळे शार्क, माणसांना न खाणाऱ्या शार्कची ही प्रजाती क्वचितच दहा फुटांपेक्षा जास्त लांब असते. पांढरे शार्क मात्र बरेच मोठे असतात. अगदी पंचवीस ते तीस फुटांपर्यंत.

स्थानिक कोळ्यांनी पांढऱ्या शार्कना कधीमधी कॅटलिना बेटांजवळ पाहिलं होतं. जास्त करून पश्चिम किनाऱ्यावर किंवा ज्याला बेटाची मागची बाजू म्हणून ओळखतात, तिकडे. तिथे बेटासमोर खुला समुद्र आहे आणि हवाईला पोहोचेपर्यंत पाण्याशिवाय दुसरं काहीही नाही. सील बीचजवळ शार्क दिसल्याचं मी कधीच ऐकलं नव्हतं. पण शार्कना दूर ठेवण्यासाठी सील बीचजवळ जाळ्या किंवा बंधारे नाहीत. त्यांना हवं तिकडे ते पोहत जाऊ शकत होते. किनाऱ्यापासून जरा दूर सीलची संख्या बरीच होती. दिशादर्शक गोळ्यांवर ते पहुडलेले असायचे. लाटा आणि भरतीबरोबर डुलायचे. त्यांची केसाळ तपकिरी डोकी इकडून तिकडे हलायची. सील बीचजवळच्या खडकांवर ते झोपलेले असायचे. आणि कधीमधी फिरत फिरत सॅन गॅब्रिएल रिव्हर जेट्टीकडे यायचे,

ज्या दिशेने मी आत्ता चालले होते. सील हे पांढऱ्या शार्कचं आवडतं अन्न आहे. सॅन फ्रान्सिस्कोजवळची फारलॉन बेटं ही पांढऱ्या शार्कची 'सील बर्गर'ची उपहारगृहं म्हणून प्रसिद्ध होती. तिथे ते पाण्याबाहेर उडी मारून यायचे आणि खडकावरच्या सीलला ओढून न्यायचे. माझ्याखाली पोहणारा तो पांढरा शार्क असू शकत होता. तो तेवढा मोठा वाटतच होता.

.३.

सॅन गॅब्रिएल नदीवरचा बांध आता माझ्यापासून अवघ्या दोनशे यार्डांवर होता. एकदा तिथे पोहोचले, की परत वळून धक्क्यापर्यंत पोहत जायचे. हा सराव संपवण्याची मला अगदी घाई झाली होती.

सूर्याला उगवायला आज अनंतकाळ लागत होता. मी कायमस्वरूपी काळोखात अडकले होते. आता मला इच्छा होती ती फक्त घरी पोहोचण्यचाी. गरमागरम भरपूर पाण्याने मनसोक्त अंघोळ करण्याची आणि गरमागरम खमंग न्याहारी करण्याची.

एरवी खुल्या समुद्रात पोहणं म्हणजे माझा जीव की प्राण, पण आजची सकाळ जरा कठीणच होती. आणि काहीतरी खरोखरच अवाढव्य आकाराचं आपल्या जवळून पोहत आहे, ही भावना काही मला मनातून काढून टाकता येत नव्हती. मी लक्ष एकाग्र करू शकत नव्हते. सारखी डोकं उचलून माशाचे पर दिसतात का ते पाहत होते. डोकं उचलल्यामुळे माझी कंबर खाली जायची आणि त्यामुळे वेगाला अधिकच अटकाव व्हायचा, पण माझ्याबरोबर काय पोहत आहे ते मला जाणून घ्यायचं होतं.

पाण्यातून बाहेर पडायची प्रबळ इच्छा मला होत होती. मला बाहेर यायचं होतं. पण मला हेही समजत होतं, की मी आत्ता पाण्यातच थांबलं पाहिजे आणि पोहणं चालू ठेवलं पाहिजे. मी स्वत:ला आठवण करून दिली, की मी आत्ता भीतीवर काबू मिळवलाच पाहिजे. नाहीतर पुढे मोठी ध्येयं मी साध्य करू शकणार नाही. आता अगदी लगेचच धोका असता, तर मला वेगळी जाणीव झालीच असती.

आणखी एक खोल श्वास घेत, मी डोकं वर ठेवून पोहता पोहता आकाशाकडे पाहिलं.

साधारण तीन मैलांवरच्या, लाँगबीचजवळच्या बेटांवरच्या तेल

खणणाऱ्या जहाजांवरचे निळेपिवळे दिवे मंदपणे प्रकाशत होते. तेलाची जहाजं अधिक सुंदर दिसावीत, अशा तऱ्हेनं ही तेलाची बेटं बांधण्यात आली होती. खणण्याच्या यंत्रांचा आवाज कमी व्हावा म्हणून धबधबे तयार केले होते, धातूची खणणारी यंत्रं भिंतींआड लपवली होती. रात्री ही बांधकामं आणि जहाजं निळ्या, हिरव्या, गुलाबी, पिवळ्या दिव्यांनी उजळून जायची आणि ते दृश्य केवळ अद्भुत दिसायचं. आपण सरळ रेषेत पोहत आहोत ना हे तपासण्यासाठी या दिव्यांची खूण मी वापरायचे. अंधूक राखाडी आकाशात मी पुन्हा एकवार दूरवर नजर टाकली.

श्वासासाठी मान हलवून, माझ्या हाताखालून सूर्यप्रकाशाच्या आशेनं मी पूर्वेच्या आकाशाकडे पाहिलं.

धक्क्यापलीकडे क्षितिजावर आकाश आणि समुद्र एकमेकांवर टेकून एक जाड काळी रेघ दिसत होती. जणू एखाद्या राक्षसानं पापणी मिटलेली असावी. पण वरच्या बाजूला बारीकसा पिवळा प्रकाश फाकला होता. तिथे क्षितिज उजळलं होतं, सौम्य दिसत होतं. मी वळून पाठीवर पडले आणि सावकाश बॅकस्ट्रोक मारू लागले

तांबड्या प्रकाशाची पाचर क्षितिजावरून फिरली. गुलाबाच्या रंगाचा सूर्य सावकाश, राजेशाही दिमाखात क्षितिजावर आला. तो राक्षसी डोळा उघडला जात होता.

आणि मग सारं थांबलं. अगदी चक्क जाणवलं. एक सुंदर शांतता, जणू सूर्य आणि पृथ्वी आपल्या तारा जुळवून घेत होते. मग पाण्याच्या पृष्ठभागावर लहरीदार गुलाबी प्रकाश सांडत सूर्य हलकेच आकाशात प्रवेशला. वाऱ्याच्या एका लांब उबदार श्वासानं राखाडी समुद्राला हलवलं.

समुद्रपक्ष्यांनी (सीगल्सनी) पंख पसरले. एकवार फडफडवले आणि चीत्कार काढत त्यांनी इतर पक्ष्यांना किनाऱ्यावरून पळवून लावलं. मग भरारी घेत, मोठमोठी वर्तुळं हवेत रेखत, मोठ्यांदा आरोळ्या मारत ते मासेमारीच्या होड्यांकडे मार्गस्थ झाले. चिमुकल्या सँडरलिंग्जचा मोठा थवा काठ्यांवर चालावं तसा एका पायावर उड्या मारत, पाण्याच्या कडेकडेने, गडबडीने गेला. पाण्याच्या अगदी जवळ गेल्यावर त्यांनी दुसरा पायही खाली टेकवला आणि चावीच्या खेळण्यांसारखे ते वाळूत भरभर पुढे गेले. त्यांचे राखाडी पंख पाठीवर चिकटवल्यासारखे टेकवले गेले होते. त्यांच्या आखूड चोची वाळूत खुपसून वाळूतले खेकडे

शोधायला त्यांनी सुरुवात केली. सँडपायपर्स भरतीच्या रेषेपासून नाचत नाचत आले. गुडघ्याएवढ्या पाण्यात आपल्या लांबलचक पायांवर उभे राहून, मऊसर वाळूत चोची खुपसून अधिक मोठे खेकडे शोधू लागले. एवढ्यात सात बगळ्यांची एकपदरी माळ माझ्या डोक्यावरून उडाली. मोठ्या लाटांनी निर्माण केलेल्या हवेच्या झोतांवर ते तरंगत होते. त्यांचे पसरलेले पंख पाच फुटांपेक्षा मोठे होते आणि त्यावर खालून गुलाबी सोनेरी आभा पसरली होती.

सूर्य आणखी वर आल्यावर त्याला तेजाची आणखी धार चढली आणि रक्तवर्णी पट्टा त्यानं आकाशात आणखी वर ढकलला. समुद्रात तो प्रकाश आणि उष्णता परावर्तित झाले. मी पुन्हा पोटावर वळून, एकमेकांत मिसळणाऱ्या लाल, नारिंगी, पिवळ्या, सोनेरी लाटांमध्ये पोहू लागले.

ऊर्जा आणि ऊब माझ्या खांद्यांवरून आणि पाठीवरून वाहू लागली. माझी हालचाल आता मोकळेपणी आणि वेगाने होऊ लागली. माझ्या बाहूंतली ताकद आणि माझ्या शरीरातील खोलवरची शक्ती मला जाणवू लागली होती. माझा श्वास पुन्हा पूर्ववत झाला होता आणि पुन्हा एकदा मला मजा येऊ लागली होती.

माझे हात शरीराच्या बरोबर खाली ओढून घेत, मी पाण्यातच शरीर जरा वर उचललं. जेणेकरून माझी पाठ आणि पाय जरा बाहेर येतील. त्यामुळे माझ्या गोठलेल्या स्नायूंना जरा चांगला शेक मिळाला असता.

श्वास घेताना मी डोकं वळवून उजव्या खांद्यावरून मागे पाहिलं. दोन हात मारून झाल्यावर मी उजवीकडं पाहात श्वास घेतला. ओशन ॲव्हेन्यूवरची घरं मागे पडत होती. माझ्या बाहूंचे फटकारे आता लांब आणि लयदार होत होते. गुलाबी रंगाचं, गडद टेराकोटाच्या फरशा लावलेलं स्पॅनिश धाटणीचं घर मागे पडल्यावर मी पुन्हा पोटावर पडले. ते घर म्हणजे माझी पाव मैलाची खूण होती. आता पाव मैलच पोहायचं उरलं होतं. लांब जा, पाणी कापा, पुढे ढकला, लांब जा, पाणी कापा असं करत मी पुढे जात राहिले. माझ्या बाहूंच्या प्रत्येक फटकाऱ्याबरोबर ओशन ॲव्हेन्यूला काटकोनात असलेले रस्ते मागे पडत होते. मी फटकारे मोजत होते. पाचवा, सहावा, सातवा, सील बीच धक्का जवळ

येऊ लागला. मी दर तीन हात मारल्यावर श्वास घेत होते. माझ्या बुडबुड्यांचा पाण्यात विरतानाचा आवाज ऐकत होते आणि समुद्राच्या श्वासासारखी लाटांची गुरगुर ऐकत होते. आत-बाहेर आमचा श्वासोच्छ्वास एकत्रच चालला होता.

मी डावीकडे दृष्टी टाकली. पहाटवाऱ्याबरोबर डुलणारी, आठव्या रस्त्याच्या कडेने उभी असलेली तीस फूट उंचीची वाऱ्याने वाकलेली पामची राखाडी खोडं मला दिसली. त्यांच्या माथ्यांवरचे गडद हिरव्या पानांच्या झुपक्यांचे डझनभर हात पालवत होते. उगवत्या दिवसाचे टाळ्या वाजवून स्वागत करीत होते. मलाही टाळ्या पिटाव्याशा वाटत होत्या. आता जवळजवळ झालंच होतं. मी जवळजवळ पोहोचलेच होते. हा लांबलचक, थंडगार आणि कठीण असा तीन तासांचा सराव जवळजवळ संपलाच होता. मला एकदम मोकळं वाटत होतं. काहीतरी मिळवल्यासारखं वाटत होतं. मी स्वत:ला झोकून देऊ शकले होते. लक्ष एकाग्र करू शकले होते आणि माझा सराव पूर्ण करू शकले होते. आणि मला हे जाणवायला सुरुवात झाली होती, की नुसता शारीरिक सराव पुरेसा नाही, तर मानसिक तयारीदेखील करायला हवी.

सिटी हॉलवरच्या गडद तांबड्या कैलास मनोऱ्यावरचं पांढरं घड्याळ आठ वाजल्याचं दाखवत होतं. आज सकाळच्या घोटाळ्यामुळे माझ्या वेगाचं पार खोबरं झालं होतं. तीन मिनिटं उशीर. मी स्वत:वरच चडफडत होते. मी स्वत:ल बजावलं, आता डोकं खाली घालायचं आणि शेवटचे दोनशे यार्ड तुफान पोहायचं. चल. चल. – वेग पकड – शक्ती लावून स्वत:ला पुढे ओढ. जास्त पाणी ढकल. जोरात –जोरात – पेटव पाण्याला, आग लाव – चल – चल – अजून जोरात – जमतंय तुला – आह् – पोहोचलीच आहेस तू – चल – आलंच आता – येस, जमलं तुला.

धक्क्याला पोहोचल्यावर मी पाठीवर पडून, हवा भरून घेतली. थोडा वेळ शांतपणे पाठीवर पोहत मी जरा दम खाल्ला. मी जाम दमले होते, गार पडले होते. मला झोंबत होतं. मी गळून गेले होते. मला प्रचंड भूक लागली होती. आता मला घरी पोहोचण्याची आणि गृहपाठ उरकण्याची घाई झाली होती. मासे पकडताना लागतं ते आमिष विकायच्या दुकानाबाहेर स्टीव्ह उभा असलेला मला दिसला. तो एक जुना मित्र होता,

साठीच्या घरातला. हा माणूस ते दुकान चालवत होता. मला आठवतं तेव्हापासून तो तिथे काम करत होता. त्याला तिथल्या प्रत्येकाची माहिती होती. प्रत्येकाला त्याची माहिती होती आणि त्याच्याबद्दल प्रेम होतं.

मी पोहताना स्टीव्हचं माझ्याकडं लक्ष असायचं, विशेषतः पहाटेच्या अंधारात. तो नेहमी तिऱ्हाईत असल्यासारखा भासवायचा. माझ्याकडे लक्ष नाही असं दाखवायचा. पण तो तिथे आहे हे मला माहीत असायचं. खरं तर धक्क्यावरच्या मंद प्रकाशात त्याची आकृती सहज ओळखू यायची. त्याच्या रुंद खांद्यांवर जेमतेम येईल असं एक आखूड गडद निळं जाकीट नेहमी त्याच्या अंगावर असे. त्याची पाठ संधिवातानं किंचित वाकली होती. त्याला किंचित कमी ऐकू यायचं; पण त्याच्या चालण्यात एक आरामशीर सहजता होती.

स्टीव्हनं मला सराव करताना पाहिलं, की तो रेडिओवरून स्थानिक कोळ्यांना, तसंच किनाऱ्यापासून दीड ते नऊ मैल आत तेलाच्या जहाजापर्यंत कामगारांची वाहतूक करणाऱ्या मोठ्या बोटीच्या कप्तानाला सूचना द्यायचा. ते माझ्या अंगावरून जाणार नाहीत याची स्टीव्ह खबरदारी घ्यायचा.

सहसा मी जीवरक्षकांच्या थांब्यापाशी – 'झीरो टॉवर' पाशी – पोहायचे, ते ठिकाण साधारण धक्क्याच्या मध्यापाशी होतं. म्हणजे मग मी बोटींच्या रहदारीपासून पुरेशी लांब राहात होते. माझा नेहमीचा मार्ग म्हणजे धक्क्यापासून बांधापर्यंत अर्धा मैल आणि पुन्हा धक्क्यापर्यंत परत अर्धा मैल. कधी माझा सराव तीन मैलांपर्यंत असायचा. तर कधी बारा मैलांपर्यंतसुद्धा मी पोहायचे. मी कशासाठी सराव करते आहे यावर ते अवलंबून असायचं. सराव कितीही असला, तरी धक्क्यापाशी दहा सेकंद तरी थांबून मी दम घ्यायचे आणि माझी वेळ बघायचे. आणि स्टीव्ह बाहेर उभा आहे ना, हे पण बघायचे.

तो दिसेल या अपेक्षेने मी पुढे गेले. त्याची मला फार मोठी सोबत असायची. माझ्या लेखी त्याला फार महत्त्व होतं. तो सुट्टीवर असला तर मला किती चुकल्यसारखं होतं, ते माझं मला माहीत होतं.

कधी तो कामात असायचा आणि नुसताच हात हलवायचा. कधीकधी मी पोहत त्याच्याजवळ जायचे आणि चार शब्द बोलायचे. त्यामुळे माझ्या सरावाला थोडासा उशीर व्हायचा; पण त्या निमित्तानं मी

थोडीशी जास्त विश्रांती घ्यायचे आणि त्यामुळे पुढचा मैल अधिक वेगाने पोहण्यासाठी मला स्फूर्ती मिळायची. नेहमी आमचा हास्यविनोद, थट्टामस्करी चालायची. त्याला हसवायला मला फार आवडायचं. त्याचं करड्या रुपेरी केसांनी आच्छादलेलं मस्तक खाली वर हलताना पाहायला मला फार आवडायचं. त्याच्या नाकाखालच्या वळलेल्या मिशाही मला फार आवडायच्या.

माझ्या माहितीतल्या कुणाहीपेक्षाही स्टीव्हला महासागराची सगळ्यांत जास्त ओळख होती. तो रोज त्याचा अभ्यास करायचा. कर्तव्यभावनेनं नव्हे, तर उत्सुकतेनं, आनंदानं. त्याला नेहमी काहीतरी नवीन शिकायला हवं असायचं आणि आपल्याला लागलेला शोध चारचौघांना सांगण्याची हौस होती.

त्याचा दिवसातला बराच वेळ तिथल्या स्थानिक कोळ्यांबरोबर, संशोधकां-बरोबर आणि जीवसंरक्षकांबरोबर बातम्यांची आणि कथा-किश्श्यांची देवाण-घेवाण करण्यात जायचा. तो तिथलं जीवन न्याहाळायचा. ऋतुकालाचे बदल, नैसर्गिक खुणा टिपायचा. आणि इतर कुणाच्या लक्षातही येणार नाहीत असे बदल त्याच्या लक्षात यायचे. त्याला जणू समुद्रासाठी तिसरा डोळाच मिळालेला होता.

पहाटेच्या अंधारातही, मी समुद्रात कुठे होते ते स्टीव्हला समजत होतं. अर्ध्या मैलावरूनही तो मला ओळखून काढत होता. पाण्यावर आपटताना माझ्या हातांनी उडवलेल्या बारीक निळ्या निऑन ठिणग्यांकडे त्याचं लक्ष असायचं. समुद्रात प्रकाश फेकणारे कोट्यानुकोटी झूप्लँक्टन्स आणि फायटोप्लँक्टन्स असतात. प्लँक्टन्स म्हणजे एक प्रकारचं चमकणारं समुद्रशैवाल.

पाण्यातून जेव्हा काहीही पोहतं – मासे, सील, इतर समुद्री सस्तन किंवा मनुष्यप्राणी – तेव्हा त्यांच्यामगे एक चमकदार प्रकाशाची रेघ उमटत जाते. त्या प्रकाशाची प्रखरता ही पाण्याचं तापमान आणि त्या भागात असलेल्या प्लँक्टन्सची संख्या यावर अवलंबून असते. काही वेळा हे शैवाल एवढं तेजस्वी असतं, की जणू हिवाळ्यातील स्वच्छ निरभ्र रात्री आपण आकाशगंगेच्या आत खोल डोकावून पाहत आहोत किंवा गडद रात्री कोसळणाऱ्या उल्काप्रवाहात पोहत चाललो आहोत असं वाटावं. जेव्हा पाण्यात प्लँक्टन्स संख्येने कमी असतात, तेव्हा असं वाटतं, जणू आपण जपानी कंदिलांच्या सौम्य उजेडात पोहत आहोत. पाणी जर

जास्त थंड असेल आणि प्लँक्टन्स जर फारच विरळ असतील, तर ही प्रकाशाची शेपटं दूरवर पेटवलेल्या मेणबत्त्यांच्या मंद उजेडासारखी दिसतात.

पाण्यावर आपटताना माझे हात जे प्रकाशकण सांडायचे, त्यांच्या आकारावरून मी कुठे आहे हे स्टीव्हला कळायचं. माझा वेग समजायचा आणि मी कधी पोहोचेन याचा अंदाज यायचा.

मी धक्क्याकडे पाहिलं, तर तो नेहमीच्या जागी नव्हता. बराच पुढे येऊन उभा होता. काहीतरी गडबड आहे हे मला कळून चुकलं. ∎

.४.

स्टीव्ह उसळत उड्या मारत होता, त्याची गडद निळी बेसबॉलची टोपी जोरजोरात हलवत होता आणि ओरडत होता. त्याचा आवाज सकाळच्या थंड वाऱ्यावर विरत होता आणि त्याचे शब्द माझ्यापासून दूर जात होते.

कानामागे हाताचा द्रोण करून मी मला काही ऐकायला येत नसल्याची खूण केली.

चटकन त्याने माझ्या मागे कशाकडे तरी इशारा केला. अर्धवट वळत मी पाण्याचा अंदाज घेतला. माझ्याखाली काहीतरी पोहत होतं. पांढरा शार्क?

काहीही विचार न करता मी किनाऱ्याकडं सूर मारला. उजव्या खांद्यावरून वर पाहिलं तर स्टीव्ह जोरजोरानं मान हलवत होता.

मी थांबले. मला थांबावसं वाटत नव्हतं. मी गोंधळले होते. तो मला काय सांगायचा प्रयत्न करत होता?

त्याने तोंडाभोवती हाताचो कर्णा केला आणि ओरडून सांगितलं, ''किनाऱ्याकडे येऊ नको.''

''का पण?'' मी जाम गोंधळले होते आणि पाण्याबाहेर पडायची मला तीव्र इच्छा हेत होती.

''तुझ्यामागं देवमाशाचं एक पिल्लू पोहत येतं आहे. गेला मैलभर ते तुझ्याबरोबर पोहत आहे. तू जर पोहत किनाऱ्यावर आलीस, तर त्याच्या शरीराच्या भारानं त्याची फुफ्फुसं फुटून जातील आणि ते मरून जाईल.''

''मला तर काहीच दिसत नाही. माशाचा परसुद्धा नाही.'' मी पाण्यात शोधक नजरेनं पाहिलं.

स्टीव्हनं मला हातानं जवळ बोलावलं. मी बरोबर त्याच्याखाली

पोहोचल्यावर तो म्हणाला, "राखाडी देवमाशांना बाह्य पर नसतात. दिशा बदलण्यासाठी त्यांच्या पाठीवर सहा ते बारा खवले असतात. तुला तो बाळमासा दिसला नाही यात काहीच नवल नाही. पाण्यात त्यांना शोधणं कठीणच असतं. त्यांचा रंग गर्द राखाडी किंवा काळा असतो. आणि समुद्राच्या पाण्याच्या रंगात तो बेमालूम मिसळून जातो.

देवमासे स्थलांतर करतात ते वसंत ऋतूच्या सुरुवातीला. म्हणजे हा बाळमासा त्याच्या आईबरोबर मेक्सिकोपासून पोहत आला असला पाहिजे. काहीतरी कारणानं त्यांची ताटातूट झाली असणार, आपली ध्वनी यंत्रणा नीट वापरायला ते या वयात शिकलेले नसतात. सहसा आया आपल्या पिल्लांना आपल्या अगदी जवळ ठेवतात आणि जराही दृष्टीआड होऊ देत नाहीत. दोन ते तीन महिने चालणाऱ्या या स्थलांतराच्या प्रवासात आया आपल्या बछड्यांना स्वतःच पोहण्याच्या प्रवाहात पोहत नेतात. बेरिंग आणि चुकची समुद्रातील आपल्या उन्हाळी भोजनगृहात पोहोचे-पर्यंत, ताशी दोन ते सहा मैल एवढ्या वेगानं पोहत, या मायलेकरांनी साधारण सात ते आठ हजार मैलांचं अंतर कापलेलं असतं. शरद ऋतूत पुन्हा सात हजार मैलांचं अंतर कापून हे मेक्सिकोत परत येतात. या परतीच्या प्रवासात ते अजिबात झोपत नाहीत. खातातसुद्धा अगदी क्वचितच. तिथल्या उबदार पाण्याच्या आणि खाजणाऱ्या 'बाखा' समुद्रात लवकरात लवकर पोहोचून, गर्भवती माद्या पिल्लांना जन्म देऊ शकतील, हा त्यांचा उद्देश असतो. नर देवमासे कुटुंबकबिल्याच्या पुढे अगोदर पोहत जातात. लेकुरवाळ्यांना पोहत जायला थोडा जास्त वेळ लागतो, शेवटी ते सगळे बेरिंग सामुद्रधुनीत किंवा समुद्रात भेटतात. स्टीव्हनं जेव्हा मला सांगितलं, की देवमासे एका वर्षात चौदा हजार मैल प्रवास करतात, अर्ध्या पृथ्वीप्रदक्षिणेपेक्षा जास्त, तेव्हा मी आदरानं आणि आश्चर्यानं थक्क होऊन गेले. इथे तीन मैलांतच मला दमायला झालं होतं.

स्टीव्हनं सांगितलं, की उन्हाळी अन्नासाठी आर्क्टिकच्या थंड पाण्यात देवमासे पोहोचतील एवढा मोठा प्रवास करण्यासारखीच त्यांची रचना असते. प्रौढ देवमासे ही गाळून खाणारी मंडळी असतात. समुद्रतळाशी फिरताना ते मासे आणि गाळ आत ओढून घेतात. आपलं खाद्य सोडून बाकीचा गाळ ते परत पाण्यात सोडतात.

पण बाळ देवमासे असं जेवू शकत नाहीत. जन्मल्यानंतरचे पहिले आठ महिने ते संपूर्णपणे आपल्या आईवर अवलंबून असतात. दिवसभरात ते सुमारे पन्नासेक गॅलन दूध फस्त करतात. दूध हेच त्यांचं एकमेव अन्न असतं. त्यामुळे आयुष्यातल्या सुरुवातीच्या महिन्यांमध्ये जर त्यांची आई हरवली, तर त्यांच्या शरीरातील द्रव कमी होतो आणि उपासमारीनं त्यांचा मृत्यूच ओढवतो.

शक्ती मिळवण्यासाठी त्यांना दुधाची गरज असते, तशीच ती शरीरावर चरबी साठवण्यासाठी असतं. या चरबीमुळेच आर्क्टिकच्या पाण्यात त्यांच्या शरीराचं तपमान टिकून राहणार असतं. त्यांच्या आईच्या दुधात चरबीचं प्रमाण त्रेपन्न टक्के असतं. अगदी सर्वांत मलईदार आइस्क्रीमच्या दुप्पट!

स्टीव्हचा बाळ देवमाशाचा समुद्रात शोध चालूच होता. त्यानं सांगितलं, की राखाडी देवमासे हे राक्षस मासे म्हणून प्रसिद्ध आहेत. राखाडी देवमाशांना चिडवल्यावर त्यांनी कोळ्यांवर भयंकर हल्ले केल्याच्या इतिहासात नोंदी आहेत. राखाडी देवमासे त्यांच्या पिल्लांच्या संरक्षणासाठीसुद्धा अती जागरूक असतात. पण त्यांना त्रास दिला नाही, तर मात्र ते भलेमोठे, मृदू जीव असतात.

अचानक उत्तरेकडून एक लांब मोठा 'पूऽऽफ्' असा आवाज आला. मग पुन्हा आला आणि तिसऱ्यांदा जोरदार 'पूऽऽफ्' आवाज आला.

हा बाळ देवमासा होता. तो आमच्यापासून पंचवीस यार्डांवर होता. त्याच्या डोक्यावर असलेल्या दोन भोकांमधून मोठा आवाज करत तो श्वासोच्छ्वास करत होता. हृदयाच्या आकाराचं एक शुभ्र धुक्याचं कारंजं उसळत होतं. हवेचा वेगळाच खारट, तेलकट वास येत होता. मासे चापल्यावर मनीमाऊच्या श्वासाला येतो तसा.

पाण्यात फिरत मी त्या देवमाशाच्या बाळाला बघू लागले. माझी नजर त्याच्यावरून हलेना.

तो माझ्यापासून दहा यार्डांवर पोहत होता. त्याचा आकार चांगलाच मोठा होता. अठरा फूट तरी असेल. म्हणजे जवळजवळ एका शिडाच्या होडीएवढा. त्याची रुंदीसुद्धा चांगली तीन, कदाचित चारसुद्धा फूट असेल. तो खोलवर श्वास घेत होता. साधारण पंधरा सेकंदाच्या अंतरानं. त्याच्या उच्छ्वासाबरोबर सोडलेल्या प्रचंड हवेमुळे मला त्याच्या भव्य

आकाराची अधिकच जाणीव होत होती.

आपली भली मोठी शेपटी उचलून बाळमासा हळूच पाण्याच्या पृष्ठभागाखाली गेला, अगदी मांजरानं पाखरासाठी दबा धरत जावं तसा.

पाण्याच्या पृष्ठभागावर पोहण्यापेक्षा, पाण्याखाली पोहताना त्याला कमी विरोध होत होता. पाण्याखाली तो अधिक सहजतेनं पोहत होता. पाण्याखाली त्याची दृष्टी ठीक ठीक होती, पण पाण्याच्या नितळपणाच्या त्याच्या दिसण्याला मर्यादा होत्या. त्यामुळे पाण्यात तो कुठे आहे हे ठरवण्यासाठी, तो जलचरांच्या निसर्गधर्मानुसार ध्वनीचा उपयोग करत होता. त्याच्या आवाजानं निर्माण झालेल्या ध्वनिलहरी समुद्रात खाली जे काही असेल, त्याच्यावर आपटून परत यायच्या. पाण्याखालच्या वस्तूंवरून परावर्तित झालेल्या या ध्वनिलहरी ऐकून त्याला समजायचं, की आपण कुठे आहोत, आपल्याभोवती काय काय आहे. माझ्या मनात विचार आला, हेच ध्वनी वापरून तो पाण्यातून जे ऐकत होता, ते त्याच्या मनःचक्षूंसमोर साकार होत असेल ना? जसं संगीतकार संगीत वाचतो, म्हणजे तो एकाचवेळी संगीत ऐकत असतो. आणि तो जे ऐकत आहे, ते त्याला समोर दिसत असतं. अशा रीतीनं अधिक नेमकेपणानं आवाज वेगळे ओळखून काढता येत असतील का?

बाळमासा माझ्याखाली पोहत होता. त्याच्या शरीराला घासून येणाऱ्या आणि माझ्या पायाखाली वळणाऱ्या पाण्याच्या लहरी मला जाणवत होत्या. माझं तोंड पाण्यात घालून मी खाली पाहिलं. तो माझ्याखाली साधारण पंधरा फुटांवर होता आणि देवमाशांना जर हसता येत असेल, तर मला वाटतं तो हसत होता. त्याची शेपूट तो वर खाली हलवत होता. आणि इतक्या मोठ्या शक्तीनिशी, कौशल्यानिशी, तो अतिशय सहजतेनं त्या पारदर्शक राखाडी पाण्यात सळसळत होता.

त्याच्या दोन तृतीयांश पाठीवरून पुढे गेल्यावर मला एक छोटुसं वशिंड दिसलं आणि वशिंडाच्या मागे शेपटाजवळ सहा छोटे खवले होते. ते खरंतर मोठाल्या खळ्यांसारखे दिसत होते. मला त्यांना हात लावून बघावंसं वाटलं. मला बघायचं होतं, की त्याच्या अंगावरच्या खळ्या या गोल्फच्या चेंडूवरच्या खळ्यांसारख्या आहेत, की विमानाच्या पंखावर अनेक वाईट वादळांनी पाडलेल्या पोच्यांसारख्या आहेत.

खवल्यांमुळे पृष्ठभागावरून अधिक हवा अधिक वेगाने जाऊ शकते आणि त्यामुळे चेंडूला आणि विमानाला, हवेत अधिक उंची मिळते. वाटलं, याच्या खळयांमुळे याच्या शरीरावरून पाणी अधिक वेगानं जात असेल आणि त्यामुळे नेहमीच्या बाह्य परामुळे मिळते, त्यापेक्षा अधिक उंची याला पाण्यात मिळत असेल का? मी त्याचं पोहणं बघू लागले.

तो सहजतेनं पाण्यात विहरत होता. पाण्याखाली पाठीवर, पोटावर उलटासुलटा होत होता. सावकाश मोठ्या गिरक्या घेत होता. डोळे वरती करून आणि शेपटी मागे खाली दाबून, एक दोन झटक्यात त्यानं इतकं पाणी बाजूला केलं, की तो बाणासारखा पाण्यावर आला. मग एकदम मुसंडी मारून पुन्हा खाली गेला, जणू हवेत चित्तथरारक कसरती करणारं एखादं पाखरूच.

त्याच्या वयाच्या आणि आकाराच्या मानानं पाण्याखालच्या आपल्या हालचालींवर बाळमाशाचं चांगलं नियंत्रण होतं. जन्मल्यानंतर तासाभरात तो पोहायला शिकला होता. आणि त्याला ते उपजतच येत होतं, हेही उघडच होतं. पण बाखा, मेक्सिको इथल्या उबदार निळ्या निळ्या बेटांजवळ आईबरोबर सराव करून त्यानं तंत्रावर चांगलीच हुकमत मिळवली होती. शेपटी कितपत फटकारावी, लांब सूर मध्येच कसा थांबवावा, या किंवा त्या बाजूला वळण्यासाठी शेपटाचं सुकाणू कधी किती वळवावं हे सगळं त्याला अगदी नेमकं माहीत होतं.

बाळमासा पृष्ठभागावर आला आणि लगेच त्यानं फवारा उडवला. तो हवेत चार फूट उंच उडाला. मला हसू आल्याशिवाय राहिलं नाही. तो माझ्या इतक्या जवळ पोहतो आहे यावर विश्वास ठेवणं जड जात होतं. त्याला बघत राहणं हे केवळ अद्भुत होतं. तो माझ्यासमोर अगदी भाव मारत होता किंवा मला चक्क खेळायला बोलावत होता.

जेव्हा त्यानं श्वास घेतला, तेव्हा तो पाण्यावर हलकेच तरंगत राहिला. त्याच्या डोक्यावरची दोन भोकं उघडताना मिटताना मला दिसली. त्याच्या पाठीतली फुप्फुसं हवेच्या दोन मोठ्या फुग्यांएवढी तरी असतील. त्यामुळे आणि त्याच्या शरीरातील चरबीमुळं तो पाण्याच्या पृष्ठभागावर पडून राहू शकत होता. तसंच डोक्यावरची दोन भोकं केवळ पाण्यावर ठेवून तरंगत तो विश्रांती आणि श्वास घेऊ शकत होता.

मला त्याच्याजवळ जायचं होतं. त्याला नीट पाहायचं होतं. आणि एकूणच त्याच्याबद्दल जाणून घ्यायचं होतं.

आपलं भलं थोरलं डोकं वळवून आक्रोडाएवढाल्या मोठ्या दोन स्वच्छ, तेजस्वी तपकिरी डोळ्यांनी त्यानं थेट माझ्याकडं पाहिलं. हनुवटीजवळचे दोन पांढरे धब्बे वगळता त्याचं बहुतेक तोंड गडद राखाडी रंगाचं होतं आणि त्याच्या चेहऱ्यावर मिशा होत्या. या मिशा मांजराच्या मिशांसारख्याच होत्या आणि मांजरासारखंच आजूबाजूच्या वस्तूंचं ज्ञान करून घेण्यासाठी तो मिश्यांचा उपयोग करत होता.

तसा तो मवाळ वाटला, पण त्याच्या आकाराचंच दडपण येत होतं. एवढी महाकाय सोबत मी यापूर्वी पाण्यात कधीच अनुभवली नव्हती. मी जवळ गेले. छोटे राखाडी देवमासे कधीकधी माणसांना लाड करू देतात असं मी ऐकलं होतं. आणि खरंच तो कसा वाटतो हे मला पाहायचं होतं.

बाळमासा आता कुशीवर वळून तरंगत राहिला. त्याचं शरीर केवळ सुरेख होतं, अतिशय नितळ रेखाकृती. त्याची जिवणी एकदम रुंद होती, डोक्याच्या या टोकापासून त्या टोकापर्यंत आणि माझ्याकडं बघून हसल्यासारखं त्यानं जिवणी किंचित उघडी ठेवली होती. पण मोठं झाल्यावर समुद्री गाळातलं अन्न खाताना तो वापरणार असलेलं दंताळं दिसण्याइतकं मात्र त्याचं तोंड उघडं नव्हतं. त्याच्या शरीराच्या आकाराच्या मानानं त्याची शेपूट आणि त्याचे पर मात्र अगदीच आखूड होते. त्याला बघून मला धिप्पाड पण प्रेमळ डॅशहाउंडच्या पिल्लांची आठवण झाली. त्याच्या शरीराच्या दोन्ही बाजूचे पर अगदी यथायोग्य आकाराचे होते. कनोई* होडीच्या पॅडलसारखे, त्याच्या कडेशी असलेल्या टोकांमुळे त्याला पार घेऊन शेपटीच्या टोकांपर्यंत पाणी दूर ढकलता येत होतं.

मी डोकं पाण्यावर ठेवून ब्रेस्टस्ट्रोकनं पोहताना त्यानं मला पाहिलं. त्याच्यावर नजर ठेवून मी सावकाश पोहत होते. मला त्याला किंवा

---

* लांबसडक, अरुंद होड्या, दोन्ही टोकांना निमुळत्या असतात. वल्ही हातात धरून वल्हवली जातात, पक्क्या आधाराला बांधलेली नसतात. लहानशा कयाकपासून युद्धात वापरल्या जाणाऱ्या ऐंशी ते शंभर फुटी होड्या ही कनोईचीच रूपं आहेत.

स्वतःलाही घाबरवायचं नव्हतं, पण त्याची तब्येत ठीक आहे ना हे मात्र पाहायचं होतं.

त्याची त्वचा स्वच्छ, नितळ दिसत होती. साधारण राखाडी रंगाच्या पोहण्याच्या पोशाखासारखी. पण सूर्यप्रकाशात ती चमकत होती. त्याच्या शरीराभोवती कुठे मासेमारीचे धागे दिसत नव्हते. अंगावर कुठे मळ, कचरा लागलेला दिसत नव्हता. शारीरिकदृष्ट्या तो तंदुरुस्त दिसत होता.

तो भ्यायला असेल असं वाटलं. महासागरात एकटं असणं, एवढ्या प्रचंड जागेत एकटं असणं, याचं त्याला किती भय वाटलं असेल. तिथे आणखीही मासे, देवमासे होते. पण त्याच्या दृष्टीनं महत्त्वाचा असा एकच देवमासा होता. जिच्यावर तो अवलंबून होता, जिच्यावर त्याचं प्रेम होतं.

मला त्याला धीर द्यायचा होता, म्हणून मी पोहत आणखी जवळ गेले.

बाळमासा आता पोटावर वळला. त्याच्या हालचालीनं निर्माण झालेल्या लाटेमुळे मी मागे ढकलली गेले. तो माझ्या डोळ्यांत बघत होता. जणू मी कोण, तिथे काय करते आहे हे समजून घेण्याचा तो प्रयत्न करत होता.

माझ्याही मनात त्याच्याबद्दलचे तेच विचार चालू होते. तो घाबरू नये, म्हणून मी अगदी हलक्या आवाजात प्रेमानं विचारलं, ''काय झालं तुला बाळमाशा? तुझी आई कुठे गेली? कसा हरवलास तू?''

मला त्याची भाषा येत असती तर! काय झालं होतं ते जर मला शोधून काढता आलं असतं तर! सगळ्यांत महत्त्वाचं म्हणजे मला त्याला सांगायचं होतं, की ''काळजी करू नको. मी आहे ना तुझ्याबरोबर, तुझ्या मदतीला.'' कशाचाही शोध एकट्यानं घेण्यापेक्षा दोन हृदयं जर त्यासाठी एकत्र आली, तर नक्कीच शक्ती वाढते. एक से भले दो!

पण आम्ही एकमेकांशी बोलू शकलो नाही, तरी बाळमाशाला हे सगळं समजत होतं. आम्हाला कुणीतर एकत्र आणलं होतं. आमच्या दोघांपेक्षाही खूप मोठ्या कुणीतरी.

बाळमाशानं खाली सुळकांडी मारली आणि त्याच्याकडं पाहण्यसाठी मी पाण्यात डोकं खुपसलं. तो अगदी जवळ, पाच फुटांवर होता. शक्य

तितक्या स्थिर राहून मी पोटावर पडून तरंगत होते. तो आणखी जवळ आला नाही. तो इतका प्रचंड होता. मी थोडी कचरत आहे हे बहुतेक त्याच्या लक्षात आलं होतं. त्याला माझी मुळीच भीती वाटत नव्हती हे पाहून मला नवल वाटलं.

तो पाण्याच्या पृष्ठभागाखाली तरंगू लागला. असं तरंगायला कसं जमतं बुवा? मी विचार करू लागले. मी करून पाहिलं; पण त्या पातळीवर राहणं काही मला जमलं नाही. मी रबरी बदकासारखी पुन्हा उसळी घेऊन पाण्याच्या पृष्ठभागावर आले.

तो लक्ष देऊन काहीतरी ऐकत असल्यासारखं वाटलं. कदाचित जवळच्या देवमाशांचा आवाज असेल. (देवमासे आपसात संपर्क साधताना ज्या ध्वनिलहरी वापरतात त्यांची कंपनसंख्या इतकी कमी असते, की मानवी कानांना त्या ऐकू येत नाहीत.)

बाळमासा एक इंचभर जवळ आला.

"घाबरू नको बाळा, आपण मदत करू हं तुला." मी म्हणाले. पाण्याखाली माझा आवाज विचित्र गुरगुरल्यासारखा येत होता.

डोकं वर उचलून मी श्वास घेतला आणि धक्क्यावर स्टीव्ह कुठे होता हे पाहू लागले. तो कठड्याला रेलून उभा होता. प्रखर सूर्यप्रकाशापासून बचाव करण्यासाठी त्यानं आपल्या निळ्या डोळ्यांवर हाताचा पंजा आडवा धरला होता.

हात खाली आणून तो म्हणाला, "मला तिचं काहीसुद्धा चिन्ह दिसत नाही."

"हा कसा काय हरवला असेल?"

"हा अजून खूप लहान आहे. तीन-चार महिन्यांचा आहे. त्याला आईचा आवाज ऐकता आला नसेल. अजून ते त्यांची ध्वनियंत्रणा वापरायला शिकलेले नसतात."

पुन्हा एखदा स्टीव्हने या टोकापासून त्या टोकापर्यंत समुद्राचा वेध घेतला.

त्या क्षणी मला जाणवलं, की देवमाशाचा शोध समुद्रात घेणं हे किती अवघड आहे. एवढी महाकाय वस्तूसुद्धा महासागरात एवढीशी होऊन जाते.

पाण्यातून बाळमाशानं आपल्या हरिणीसारख्या मोठमोठ्या तपकिरी

डोळ्यांनी वरती माझ्याकडं पाहिलं. मला काहीतरी गुदगुली झाल्यासारखं वाटलं, म्हणजे एखाद्या वाद्यातून फुंक मारावी, संगीत ऐकू येऊ नये, पण त्याच्या लहरी जाणवाव्या, तसं. तो त्याची ध्वनियंत्रणा माझ्यावर वापरत होता का? नुसतं आपली जागा कळण्यापेक्षा, अधिक मोठ्या कारणासाठी तो ध्वनियंत्रणा वापरू शकत असेल का? माझं मन त्याला अशा रितीनं वाचता येत असेल का?

"त्याची आई जवळपास असेल असं वाटतंय का तुला?" मी स्टीव्हला विचारलं.

"हो तर. ती काही बाळाला टाकून जाईल असं मला वाटत नाही. तो चांगला निरोगी वाटतोय आणि पोहतोही आहे व्यवस्थित. श्वासोच्छ्वासही छान चालला आहे. त्याच्या आईला काहीतरी झालं असेल. ती कदाचित जखमी झाली असेल."

मी काहीच बोलले नाही. मला ती कल्पनाही नकोशी वाटली. ती ठीक असेल आणि आपल्याला ती सापडेल, याच कल्पनेवर मला विश्वास ठेवायचा होता.

विचार ही ऊर्जाच असते. ती इकडून तिकडे वाहून नेली जाते आणि अनेक पटींनी वाढत जातो. विचार हे सकारात्मक, नकारामत्क किंवा समवृत्ती असू शकतात. ऊर्जेप्रमाणेच तेही पृथ्वीवर सर्वत्र संचार करू शकतात आणि इतर व्यक्तींच्या, अगदी इतर वस्तूंच्याही विचार करण्याच्या पद्धतीवर प्रभाव टाकू शकतात. मी जर नकारात्मक विचार करत राहिले तर नकारात्मक ऊर्जा बाहेर टाकेन, मी जर सकारात्मक विचार केला तर सकारात्मक ऊर्जा बाहेर टाकेन आणि काय घडू शकेल त्याच्या शक्यता विस्तारतील. हे अगदी तंतोतंत एखाद्या उत्स्फूर्त नाटकासारखंच असतं. जोवर त्यातली नटमंडळी एकत्र काम करत आहेत, त्या एकाच क्षणात जगत आहेत, एकमेकांना सकारात्मक प्रतिसाद देत आहेत, तोपर्यंत नाटक चालू राहतं, पुढं जातं. पण एखाद्यानंही नकारात्मक काहीही केलं, की संपलंच नाटक!

मला हे नाटक करणं, त्या क्षणात राहणं, सकारात्मक राहणं भागच होतं; कारण मला वाटत होतं, की बाळमासा माझी ऊर्जा टिपतो आहे. कदाचित त्यामुळेच त्याला मी सापडली असेन.

स्टीव्हला हे समजत होतं. तो म्हणाला, "या बाळाची आई त्याला

शोधतच असणार. ती आत्तासुद्धा त्याला हाका मारत असेल. पाण्याखाली देवामाशाच्या ध्वनिलहरी खूपच दूरपर्यंत पोहोचू शकतात. देवमाशांमध्ये जर बाळांना नावं ठेवत असतील, तर ती त्याचं नाव घेऊन हाका मारीत असेल. आणि ती काळजी करत असणार यात तर काही शंकाच नाही.''

''ती या भागात असेल तर आपल्याला दिसू शकेल असं वाटतं का तुला? ती केवढी मोठी असेल रे?'' मी विचारलं.

''ती जवळ आली तर दिसेल. नर देवमासे सरासरी पस्तीस ते पंचेचाळीस फूट लांब असतात. माद्या त्यांच्यापेक्षा काही फूट जास्त लांब असतात आणि वीस ते पस्तीस टनांपर्यंत वजनदार असतात.''

''मला वाटतं तू परत बांधापर्यंत पोहत जावंस, बहुतेक तो त्याच भागात हरवला असावा. पोहून बघ. कदाचित तो कुत्र्याच्या पिल्लासारखा तुझ्या मागोमाग येईलही.''

बाळमासा धक्क्याच्या खांबांजवळ पोहत होता. मी नकारात्मक विचारांना कितीही दूर ठेवायचा प्रयत्न करीत असले, मला तरी त्याच्याजवळ त्या धक्क्याच्या खाली मुळीच जायचं नव्हतं. मला त्या छायेत पोहायला बिलकूल आवडत नाही. धक्क्याच्या खाली अनेक भयंकर दुष्ट गोष्टी असतात. त्या तुम्हाला पकडायला येतात.

तिथं मासेमारीच्या गळाचे दोर असतात. खूपदा खांबांभोवती त्यांचे वेढे बसलेले असतात. हे दोर चटकन दिसून येत नाहीत. त्यामुळे खांबांच्या मधून पोहताना मी त्यात अडकू शकत होते. या गोष्टीची मला भयंकर भीती वाटायची. खास करून जेव्हा लाटा येत असायच्या, तेव्हा. मला माहीत होतं, की मी जर त्या दोराच्या गुंत्यातून बाहेर पडले नाही, तर ती लाट मला त्या खडबडीत, गडद तपकिरी, लाकडी खांबावर आदळून, चिरडून टाकेल. आणि त्या खांबांवर पांढऱ्या धारदार बारीक बारीक शिंपल्यांची – बारनॅकल्सची – आणि काळ्या जांभळ्या कालवांची पुटं चढलेली असतात. या दोघांनी मिळून माझी कातडी अक्षरशः किसणीवर किसल्यासारखी सोलून काढली असती.

धक्क्याच्या खाली जाण्याची मला भीतीच वाटायची. या जीर्ण दोऱ्यांना लावलेले गंजलेले गळ बरोबर अगदी चेहऱ्याच्या पातळीवर हेलकावत असतात. त्याहीपेक्षा वाईट म्हणजे तिथे खेकड्यांची एक वस्ती होती. ते खेकडे त्या शिंपल्या-कालवांवरून खांबांवर सरपटत

असायचे. त्यांच्या नांग्या त्यांच्या डोक्यावर मागंपुढं वळवळत असायच्या, कुणी जवळ आलं तर लगेच डसायच्या तयारीत असायच्या. माझ्या एका मित्रानं त्याला खेकड्यानं दंश केल्याचं सांगितलं होतं. मला त्या अनुभवाची मुळीच हौस नव्हती.

एवढंच नव्हे, तर धक्क्यामधून पोहत जाण्यासाठी सारं कौशल्य पणाला लागत असे. काही भागांमध्ये खांबांच्या पाच रांगा होत्या, काहींमध्ये चार. काही ठिकाणी या रांगांमधून सरळ पार जाणं सोपं असायचं. अर्थात लाट आली, की सरळ काय नि तिरकं काय, काहीच फरक पडत नसे. कशावरही न आदळता, कुठेही इजा करून न घेता पलीकडं जाणं हेच खरं इंगित होतं.

बाळमाशाला धक्क्याकडं पोहत निघालेलं पाहिल्यावर मला त्याला ओरडून सांगावंसं वाटलं, की बाबा रे तिकडे जाऊ नकोस.

पण तो बिनधास्त होता. उलट जास्त वेळ बाहेर राहत आणि धोका वाढवत तो धक्क्यातून मार्ग काढू लागला.

पण तो अगदी सुखरूप पलीकडे पोहोचला. त्याच्यासारखंच लाटेवर स्वार होऊन मीही त्याच्या मागोमाग निघाले. आणि मला एकदम हसू आलं. कसली मजा येत होती! मी जसा प्रयत्न करत गेले, तसं मला जमत गेलं. जरा थांबून नीट निरीक्षण केलं, तर या देवमाशाकडून बरंच शिकता येण्यासारखं होतं.

मी मागे नजर टाकली. किनाऱ्याला समांतर गडद निळी रेघ दिसली. एक लाट आकार घेत होती. समुद्रतळाशी आपटून तिची उंची वाढत होती. ती लाट इतक्या जोरात धक्क्यावर येऊन आपटली, की सगळं हादरलं. लाट पाच फुटांपेक्षा अधिक उंच होती, तिनं बाळमाशाला गुंडाळलं, हवेत उंच उचललं आणि एखाद्या ओंडक्यासारखं त्याला किनाऱ्याकडे ढकलायला लागली.

मला तर त्या लाटेची कोसळणारी पाठ तेवढी दिसली. आणि मला त्याला सावध करावंसं वाटलं. ''लाटेकडे लक्ष दे, नाहीतर ती तुला किनाऱ्यावर आणून टाकेल. ती लाट फुटायच्या आत तुला वेगानं पोहलं पाहिजे.''

पण देवमाशानं फक्त आपली शेपटीची टोकं खाली आणली, म्हणजे तो पाण्यात उभा झाला, मग आपल्या शेपटीचा ब्रेकसारखा

उपयोग करून त्यानं आपला पुढं जाण्याचा वेग ताबडतोब थांबवला. लाट फुटायच्या आत तो त्यातून बाहेर पडला आणि विनासायास माझ्याकडं पोहत येऊ लागला.

पोहता पोहता तो पाण्याखाली गेला. पाण्याशी जणू एकरूप होऊन गेला. पोहण्याची क्रिया त्याच्या शरीराच्या अगदी गाभ्यातून होत होती. डोकं पाण्यात खाली वाकवून त्यानं इंग्रजी यू आकाराला सुरुवात केली. यू अक्षराच्या तळापर्यंत त्याचं बाकीचं शरीर त्याच्या डोक्याच्या मागोमाग येत होतं. तळाशी पोहोचल्यावर त्यानं पाठीशी हलकीशी कमान करून शेपटीनं असा काही जबरदस्त तडाखा दिला, की बस्स! त्या तडाख्यानं त्याचं शरीर सरळ पुढं ढकललं गेलं. आणि शरीराभोवती लाटांची छोटी छोटी वर्तुळं काढत तो अलगद पाण्यातून पुढं आला. त्याची ती 'डॉल्फिन किक्' केवळ देखणी आणि नेमकी होती. पाण्यात तोल सांभाळणं त्याला जमलंच होतं.

माझ्या पाहण्यातील सर्वांत उत्तम 'बटरफ्लाय स्ट्रोक' तो पोहत होता. आपले फ्लिपर्स डोक्यावर नेता येतील अशी त्याच्या शरीराची रचनाच नव्हती. त्यामुळे तसं न करता, तो फ्लिपर्स शरीराच्या बाजूला चिकटवून ठेवून त्यांचा उपयोग फक्त दिशा बदलण्यासाठी आणि वळण्यासाठी करत होता. आणखी खोल जाऊन आडवं यू अक्षर काढताना तो शेपटीचं बळ लावून पाण्यात खोल जात होता. शेपटीचा जास्त जोर लावून तो अधिक वेगानं आणि अधिक खोल सूर मारू शकत होता. तो पाण्याबरोबर नाचत होता. आणि कधी कधी तर जणू पाणीच होता होता.

एक श्वास घेऊन मी पाण्याखाली गेले, तो माझ्या दिशेनं येत होता. शेपटीची हालचाल कशी करायची, तोल कसा सांभाळायचा, गिरकी कशी घ्यायची, शरीर ताणायचं कसं, श्वास कसा घ्यायचा, या साऱ्याचं त्याला अचूक ज्ञान होतं. त्याचं शरीर लवचीक होतं आणि पाण्याबद्दलची त्याला उपजत जाणीव होती. आपल्या फ्लिपर्स कशा वापरायच्या, वर उचललं जाण्यासाठी, शरीर पुढं जाण्यासाठी, दिशा बदलण्यासाठी फ्लिपर्स कशा बाहेर काढायच्या हे त्याला चांगलं माहीत होतं. मी पाहिलेला तो सर्वांत थोर आणि सर्वांत उत्कृष्ट जलतरणपटू होता. आणि मी अख्ख्या आयुष्यात शिकू शकले नसते, एवढं महासागराबद्दलचं

ज्ञान त्यानं अवघ्या चार महिन्यांत मिळवलं होतं.

पण मी त्याचं नीट निरीक्षण करून तो जसं करत होता, तसं करण्याचा प्रयत्न करू लागले. मी माणूस आहे म्हणून मी त्याच्याकडून काही शिकू शकत नाही, असं थोडंच आहे? नुसतं त्याला बघून आणि त्याचं अनुकरण करूनही मला पुष्कळ शिकता आलं असतं.

स्टीव्ह कठड्यावरून पुढं वाकला व त्यानं ओरडून सांगितलं, की आपण काहीतरी वेगळ्या दिशेनं प्रयत्न केला पाहिजे. धक्का आणि किनारा यात पुढेमागे करत पोहत राहणं, म्हणजे अमूल्य वेळ वाया घालवणं होतं. बाळमासा आईपासून जितका जास्त काळ दूर राहील, तेवढी त्याचा जीव वाचण्याची संधी कमी होत जाईल. आम्ही जर तिला शोधू शकलो नाही, तर बाळमासा भुकेनं व्याकूळ होऊन मरून जाईल किंवा तिच्या संरक्षणाअभावी पांढऱ्या शार्कच्या किंवा शिकारी देवमाशाच्या भक्ष्यस्थानी पडेल.

■

•५•

स्टीव्हनं एक योजना तयार केली. स्थानिक नावाडी आणि कोळ्यांनी एखादी एकटी प्रौढ देवमाशाची मादी कुठे पाहिली आहे का ते विचारलं, पण त्यांनी ती पाहिली नव्हती. आपले रेडिओ सुरू करून किनाऱ्यालगतच्या समुद्रात गेलेल्या त्यांच्या मित्रांना विचारण्याची तयारी दर्शवली.

जिथे बाळमाशानं प्रथम माझ्याबरोबर पोहायला सुरुवात केली होती, तिथे बांधावर मी परत जावं असं आम्ही ठरवलं. आमच्या विचाराप्रमाणे बांधाच्या परिसरातच कुठेतरी त्याची आणि त्याच्या आईची चुकामूक झाली असावी.

''चल बाळमाशा, पोहायला जाऊ.'' असं म्हणून मी पोहायला सुरुवात केली. त्यानं पाठोपाठ यावं अशी आशा होती.

तो थोडा वेळ माझ्याबरोबर पोहला, पण खरं म्हणजे त्याला खेळायचंच होतं. तो पोटावर पडला. शेपटीचा पंखा एक-दोनदा वर-खाली हलवला आणि रॉकेटसारखा माझ्यावरून उडत गेला. वळला, परत पोहत आला. कुशीवर वळून पुन्हा समुद्रात सूर मारला. आधीपेक्षाही आता जास्त निकड वाटून मी बांधाच्या दिशेनं पोहत राहिले. वॉटरपोलो खेळाडूंसारखं पोहताना डोकं पाण्यावर ठेवून मी महासागराच्या पृष्ठभागावरून नजर फिरवत होते.

कॅलिफॉर्नियाचा भूभाग भराभर तापू लागला होता आणि समुद्रावरच्या वाऱ्यालाही जोर चढला. ॲल्युमिनियमच्या पत्र्यासारखा चकचकीत दिसणारा समुद्राचा पृष्ठभाग वारा चुरगाळून टाकू लागला. छोट्याशा कुरळ्या लाटांच्या कडेला स्वच्छ पांढरा सूर्यप्रकाश अडकत होता आणि निळ्या पाण्यावर शुभ्र ताऱ्यांसारखा चमकत होता. इतक्य प्रखर प्रकाशानं डोळ्यांपुढं अंधारी येत होती.

समुद्रात एखादा मोठासा ठिपका दिसावा, पांढऱ्या लाटांची सळसळ, एखादं भोक, किंवा आई देवामाशाच्या पोहण्यामुळे पाण्यात उमटलेला लांब-रुंद चर तरी दिसावा म्हणून मी डोळे मिचमिचवत पाण्यावरून नजर फिरवीत राहिले.

ती कुठेच दिसेना. माझं हृदय एकदम जड झालं. करू तरी काय आता मी?

बाळमासा अगदी माझ्या शेजारून पोहत होता. केवढा उत्साह भरला होता त्याच्या अंगात. तो पुढे पळत होता, गोल फिरून मागे येत होता आणि भरपूर पाणी इकडेतिकडे उडवत उड्या मारत होता. तो वळून बरोबर माझ्या खालून पोहू लागला. तो इतक्या जवळ होता, की जरा हात लांब केला असता, तर मी त्याला स्पर्श करू शकले असते.

तो मजेत दिसत होता, खेळत होता, उत्साहात होता. पण असं किती वेळ चाललं असतं? तो या आधी कधी जेवला होता? शरीरातील पाणी कमी होऊ नये, यासाठी किती वेळाच्या अंतरानं त्यानं पिणं अपेक्षित होतं? त्याची आई सापडलीच नाही, तर आपण काय करायचं?

माझ्याकडे या कशाचंच उत्तर नव्हतं. पण जोपर्यंत आम्ही प्रयत्न करत राहिलो असतो, शोधत राहिलो असतो, तोपर्यंत आम्हाला ती सापडण्याची काहीतरी आशा होती.

कधीकधी, प्रत्यक्ष कृती केल्यानंच गोष्टी स्पष्ट होत जातात. आपण सुरुवातच केली नाही, तर काय घडू शकेल हे कळणारच नाही. कधीकधी, कशाचातरी शोध घेताना, कल्पनाही करता येणार नाही इतकी चांगली आणि नावीन्यपूर्ण उत्तरं मिळत जातात.

पोहता पोहता माझं मन भटकत होतं. गरगरत होतं. परत एकाग्र होत होतं. आई देवमाशाला शोधायचा आणखी एखादा चांगला मार्ग आहे का? ती आधीच उत्तरेकडे निघून गेली असेल तर आता काय होईल? ती त्याला हाका मारत असेल का? त्याला तिच्या हाका ऐकूच आल्या नाहीत का? अगदी शेवटी त्यानं तिचा आवाज ऐकला होता का? बाळमाशाला संपर्काची कला अवगत झाली होती का? तो तिला हाका मारत असेल का? आणि तिला ऐकूच गेल्या नसतील तर?

लाँग बीच जीवरक्षक नौकेची गुरगुर मला ऐकू आली. ती वेगानं आमच्याकडे येत होती. भडक लाल नौकेमुळे त्या निळ्या, करड्या

पाण्यात इंग्रजी व्ही आकार उमटत होता. शुभ्र लाटा नौकेवर आदळत होत्या आणि त्या वेगवान लाटांमध्ये तो व्ही आकार विरून जात होता.

किनाऱ्यालगतच्या पाण्यात वर्षभर जीवरक्षकांची गस्त चालू असते. त्यांच्यातल्या बऱ्याच जणांशी माझी मैत्री होती. त्यांच्यातले काहीजण माझ्या खाडी पोहण्याच्या वेळी माझ्याबरोबर होते, बाकीचे मला रोजचा सराव करताना पाहायचे. त्यांना बघून मला नेहमीच बरं वाटायचं, पण आज मला अगदी फारच आनंद झाला. हे मदत करू शकत होते आणि त्यांनी एकदम उत्तम मदत केली असती.

हरवलेल्या माणसांचा शोध घेणं आणि त्यांची सुटका करणं, या कामांचा त्यांना फार अभिमान होता. तसंच महासागरात आणि किनाऱ्यावर वसलेल्या जीवसृष्टीचं त्यांना अपार कौतुक होतं. त्याचं मोल त्यांना चांगलं ठाऊक होतं. पक्षी, समुद्री सस्तन प्राणी त्यांना चांगले ठाऊक होते आणि मासे यांचा ते अभ्यास करायचे आणि एकमेकांच्या निरीक्षणांची त्यांची आपसात देवघेव चालायची. समुद्री प्राण्यांचं त्यांचं उत्तम निरीक्षण होतं आणि राखाडी देवमाशांच्या स्थलांतराची त्यांना पूर्ण माहिती होती.

दोन जीवरक्षक नौकेच्या फलाटावर आले. कसलेल्या शरीरांचे, रापलेल्या त्वचेचे, रुंद खांद्यांचे आणि भलं मोठं हसणारे, ते चाळिशी-पन्नाशीच्या घरातले जुने जाणते जीवरक्षक होते. एका जीवरक्षकाचे केस कुरळे आणि भुऱ्या रंगाचे होते. तो जलद आणि हळू आवाजात बोलायचा. त्याचा जोडीदार उंच होता, त्याचे केस सरळ आणि तपकिरी रंगाचे होते. आणि त्याचा आवाज खोल गंभीर होता. मी त्यांना ओळखलं. एकाच बोटीवर ते दोघं दीर्घकाळ काम करत होते.

ते माझ्याजवळ आले, तेव्हा मी एका राखाडी देवमाशाच्या शोधात असल्याचं त्यांना सांगितलं.

उत्तरेकडे चाललेलं स्थलांतर पाहिल्याचं त्यांनी सांगितलं. त्याच सकाळी त्यांनी पाच देवमाशांचा गट लाँग बीचच्या कडेकडेनं बंदराबाहेर पडताना पाहिला होता. जीवरक्षकांनी त्यांना लॉस एंजेलिस बंदराबाहेर पडताना पाहिलं होतं. बंदरात शिरणारी मालवाहू जहाजं आणि टँकर्स यांच्यापासून अंतर ठेवून ते पोहत होते. बंदरातून बाहेर पडले, की ते सरळ रेषेत पोहत जाणार, ते पालोस वर्देस भूशिरापर्यंत. ती त्यांच्या

वाटेवरची खूण. तिथून ते थेट अलास्कापर्यंत उत्तरेकडे किनाऱ्याच्या अनुरोधानं जाणार.

बाळमासा बोटीजवळ पाण्यावर आला. अत्यंत विस्मयानं ते जीवरक्षक त्याच्याकडे शांतपणे पाहत राहिले. राखाडी देवमाशाच्या पिल्लाच्या ते याआधी इतक्या जवळ कधीच आलेले नव्हते. मेक्सिकोजवळ ते माणसांबरोबर पोहल्याचं त्यांनी ऐकलं होतं. माणसांनी त्यांना स्पर्श करण्याचा आनंद घेतल्याचंही त्यांना ऐकून माहीत होतं; पण साक्षात एक पिल्लू त्यांच्या नौकेच्या अवतीभोवती पोहत होतं, यावर त्यांचा विश्वास बसत नव्हता.

राखाडी देवमासे आपल्या पिल्लांच्या संरक्षणाबद्दल फार जागरूक असतात, असं एका जीवरक्षकानं सांगितल्यावर मला जास्त काळजी वाटू लागली. राखाडी देवमाशांमधल्या आया सहसा आपल्या बाळांना दृष्टिआड होऊ देत नाहीत. म्हणजे या बाळाची आई मरण पावली असण्याची चांगलीच शक्यता होती. एक क्षणभर मला प्रचंड दुःख झालं. पण का कोण जाणे, ती मेली असेल असं मला वाटेना. मी स्वतःला तर्कसंगत रितीनं पटवून द्यायला सुरुवात केली. कुणालातरी देवमासा पाण्यावर तरंगताना दिसला नसता का? खास करून बोटींची एवढी ये-जा असणाऱ्या परिसरात? कुणीतरी काहीतरी पाहिलं नसतं का? छे, छे ती जिवंतच होती.

बाळमासा माझ्यापासून दहा फुटांवर पोहत होता. भरपूर नितळ पाण्याचे मोठमोठे फवारे सोडत होता, इकडून तिकडे पोहण्याची नक्षी काढत होता. तो माझ्याखालून पोहत होता. पलटून वरती येत होता. मला वाटतं त्याला माझ्याशी खेळायचं होतं. देवमाशांना खेळायला भारी आवडतं. ते एकमेकांच्या खोड्या काढतात. कधीकधी पोहताना त्यांची शरीरं एकमेकांना स्पर्श करतात. कधीकधी छोटे देवमासे आपल्या आईच्या पाठीवर बसून सफर करतात.

अजूनही मला त्याला धीर देणारा स्पर्श करायचा होता. पण मी तेवढी जवळ जाऊ शकले नव्हते. म्हणून मग मी सर्व शक्तीनिशी मनात विचार आणले, "घाबरू नको हं, चिमणू, आपण शोधू या हं तिला."

मी समुद्राच्या पृष्ठभागावर नजर टाकली. किती प्रचंड दिसत होता तो. जितक्या मोठ्या आवाजात विचार करणं शक्य आहे, तितक्या

मोठ्या आवाजात मी विचार करत होते, "मला शक्य झालं ना, तर तुझ्या घरी नेऊन सोडेन मी तुला. पण तुला खरं घर असं नाहीच. आपल्या सभोवती सर्वदूर पसरलेलं पाणी हेच तुझं घर किंवा नसेलही तसं. तुझं आणि प्रत्येकाचं घर, म्हणजे जिथे आपले प्रियजन असतात ती जागा. तेच खरं घर. मी नेईन तुला घरी. आपण शोधू तिला."

जीवरक्षक 'तिला शोधू' म्हणाले. त्यांना जर काही दिसलं, तर ते लगेच स्टीव्हला रेडिओ संदेश पाठवणार होते. 'एकटा मादी देवमासा दिसला, तर कळवा.' असा रेडिओ संदेश ते सगळीकडे पाठवणार होते. लाँगबीचपासून आतवर पाण्यात वेगवेगळ्या ठिकाणी गस्त घालणारी पथकं, सर्फसाइड, सनसेट आणि हंटिंग्टनच्या किनाऱ्यावरची जीवरक्षक खात्यांनी शोधायची होती– देवमाशाची एकटी मादी, हरवलेली गोंधळलेली किंवा उत्तरेकडे स्थलांतर करणारी.

आणि अशा रितीनं बाळमासा आणि मी पोहत उत्तरेकडच्या धक्क्याकडे निघालो. खडकांपर्यंत पोहोचल्यावर आम्ही थांबलो आणि पाण्यात शोध घेऊ लागलो.

त्याच्या आईनं समुद्रात मारलेला सूर दाखवणारी मोठ्या गडद निळ्या खड्ड्याची खूण नव्हती. लांबवर उठलेली चंदेरी रेघही नव्हती. शेपटीचं टोकदेखील नव्हतं. त्याच्या आईचं काहीसुद्धा चिन्ह नव्हतं.

मी पाण्यात थोडी पुढं गेले. बाळमासा माझ्या शेजारी तरंगत होता. आम्ही पाच मिनिटं थांबून सगळीकडं पाहिलं. जेव्हा काहीच दिसेना, तेव्हा मी परत फिरून धक्क्यावर जायचं ठरवलं. मी फ्रीस्टाईल पोहायला सुरुवात केली तरी बाळमासा मागे येईना.

एकदम पाण्यात उडी मारून तो नाहीसा झाला.

तीन मिनिटं गेली, तरी त्याचं काही लक्षण दिसेना.

मी चिंतेत पडले. तो पाच मिनिटं किंवा त्याहूनही अधिक वेळ श्वास रोखू शकतो, हे मला माहीत होतं. पण हा पठ्ठ्या चक्क अदृश्यच झाला होता.

एक खोल श्वास घेऊन त्याला शोधायला मी पाण्यात बुडी मारली. मोठेमोठे ब्रेस्टस्ट्रोक मारत मी पाण्यात खोल खोल जाऊ लागले. उष्णतेची पातळी उंचीबरोबर खालावत होती. पाण्याचा रंग नाहीसा होत होता. समुद्रतळाचा गाळ लाटा ढवळून काढत होत्या आणि दिसण्याचं

प्रमाण अवघ्या दहा फुटांवर येऊन पोहोचलं होतं.

सावकाश, माझे पाय डोक्याच्या वर ताणून, पूर्ण गोल फिरून मी बाळमाशाला बघण्याचा प्रयत्न करू लागले.

माझ्या कानात सगळे शहरातले आवाज भरले होते. भर गर्दीच्या वेळी न्यूयॉर्कच्या टाईम्स स्क्वेअरमधून चालावं तशी स्थिती होती. हवेपेक्षा पाण्यात आवाजाचा वेग चारपट जास्त असतो आणि पाण्यात आवाज पोहोचतोही जास्त दूरवर. पण इथे माझ्याभोवतीचे आवाज पाण्यात अधिक मोठे झाले आहेत असं वाटत होतं. आगीचा बंब आणि रुग्णवाहिकेच्या सायरनच्या ऊर्जा लहरी माझ्यापर्यंत येत होत्या, लाँग बीच विमानतळावरून सुटणाऱ्या जेट विमानाचा घरघराट होत होता. थेट डोक्यावर उडणाऱ्या हेलिकॉप्टरची गुणगुण होत होती. असंख्य माशा घोंघावत होत्या आणि माझ्यापासून काही यार्डांवरून तीन जेटस्कीजची शर्यत चालली होती.

आणखीही आवाज तिथे होते. पण ते कशाचे ते मला ओळखता येत नव्हतं. आणि कदाचित माझ्या श्रवणशक्तीच्या पलीकडचे हळू आवाजही होते. कॅलिफोर्नियाच्या किनाऱ्याच्या कडेकडेने उत्तरेकडून किंवा दक्षिणेकडून लॉस एंजेलिस बंदराकडे निघालेली जहाजे होती, कदाचित त्यांच्या ध्वनिलहरींच्या गोंगाटामुळे आई देवमाशाची हाक बाळाला ऐकूच गेली नसेल. किंवा तो आईला आवाज देत असेल आणि आईला तो ऐकू गेला नसेल. किंवा कदाचित असंही झालं असेल, की आई देवमासा आपल्या ध्वनिलहरींच्या मदतीनं त्याचं ठिकाणा शोधत असेल, पण जहाजांच्या ध्वनिलहींच्या व्यत्ययामुळे आणि पाण्यात इतर अनेक ध्वनिलहरी मिसळल्यामुळे तिला त्याचं नेमकं ठिकाण समजलं नसेल.

माझ्या छातीत जळजळ होऊ लागली, म्हणून मी पृष्ठभागावर येण्यासाठी ब्रेस्ट स्ट्रोकचे मोठे फलकारे मारू लागले. तोंडातून बुडबुडे काढू लागले, त्यामुळे पाणी मला उचलून वरती नेऊ लागलं. माझी निराशा झाली होती. मला वाटलं होतं, मला बाळमासा सापडेल. बहुधा त्यानं माझा नाद सोडला असावा किंवा तो खोल पाण्यात पोहत दूर गेला असावा.

बांधाला समांतर पोहत जायचं असं मी ठरवलं. मी तीन मोठेमोठे

श्वास घेऊन फुप्फुसात जास्तीची हवा भरून घेतली. जमिनीवर हातावर उभे राहावं तशी पाण्यात उलटी उभी राहून मी पाय झाडले आणि ब्रेस्ट स्ट्रोकचे मोठे हात मारले, म्हणजे मी सटकन खाली गेले असते.

जशी मी पाण्यात खोल गेले, तशा लाटा मला हळुवार खाली-वर झुलवू लागल्या. रंग आणि उजेड जिथे प्रवाही बनतात, अशा जलपरीच्या राज्यात पोहेचल्यासारखं मला वाटत होतं. मी रंगांमधून पोहत होते, वाहते चंदेरी, शुभ्र, पिवळे, हिरवे, जांभळे आणि निळे रंग. जणू फेसाळत्या शुभ्र शँपेनमध्ये बुडी मारली आहे किंवा नितळ जिनमध्ये किंवा हळदी शारदोनेच्या हिंदकळत्या भिंतीवरून खोलवर उतरावं तसं. जितकं खोल जावं, तितकं पाणी अधिकाधिक थंड होत गेलं होतं. मी थिरकत्या हिरव्या रंगाच्या चमकीतून पुढे गेले, मग गडद आणि जडजड पाण्यात गेले आणि शेवटी ब्लूबेरी रसाच्या रंगाच्या गहिऱ्या पाण्यात पोहोचले.

सूर्यप्रकाशदेखील द्रवरूप झाला होता. खाली खोल गेल्यावर माझे गॉगल्स घट्ट वाटू लागले, जणू ते माझ्या डोळ्यांच्या खोबणीत रुतत होते. माझं डोकं पकडीत पकडल्यासारखं जाम झालं होतं. पाण्याचा दाब डोक्यावर पिळवटत होता, माझे कान आणि सायनसेस सुद्धा दुखू लागले, जोरात गिळण्याची क्रिया करून मी दाब कमी केला. प्रवाही झुळकेबरोबर पुढे मागे हलणाऱ्या केल्पचं एक शेत मी पार केलं. मी आणखी खाली गेले, तिथे द्रवरूप उजेड, मंद निळाईत वितळत होता.

माझ्या हातांचा कल्ल्यांसारखा उपयोग करीत, गोल्डफिशसारखं वल्हवत पोहत मी स्वत:भोवती सावकाश एक गोल चक्कर मारली. माझ्या कपाळाच्या शिरा धडधडत होत्या. पाण्याच्या दाबानं माझं शरीर चेंगरल्यागत झालं होतं.

'आणखी एकच मिनिट पाण्याखाली थांब.' मी मनाला बजावलं, 'परत एकदा पाहा.' जलपऱ्यांच्या सृष्टीत मी पुन्हा एकदा गोल फिरले. काहीतरी दिसेल म्हणून दृष्टीला ताण दिला, पण बाळमाशाची काहीही खूण नव्हती.

श्वास घेण्याच्या कासाविशीनं माझी फुप्फुसं जळल्यागत होत होती. कर्बद्विप्राणिल वायू उच्छ्वासातून मी बाहेर टाकू शकत नव्हते. रक्तातील त्याचं प्रमाण वाढल्यानं माझं डोकं ठणकायला लागलं होतं. मेंदूकडं

जास्त जोरात रक्तपुरवठा होत होता आणि माझी श्वासासाठीची धडपड वाढत होती. मी पृष्ठभागाकडे धाव घेतली, माझी 'हवा' संपण्याच्या आत, प्राणवायूच्या कमतरतेमुळे डोळ्यांपुढे अंधारी येण्याच्या आत आणि बुडून जाण्याच्या आत आपण वरती पोहोचावं, एवढी इच्छा होती. बाह्य दाबात होणाऱ्या वेड्यावाकड्या फरकांमुळे माझे कान फुटून जातील असं वाटत होतं, प्राणवायूच्या कमतरतेमुळे माझ्या स्नायूंत वेदना होऊ लागल्या होत्या. माझी फुप्फुसं आक्रसत होती, हवेसाठी धडपडत होती.

तीन बुडबुडे, दोन बुडबुडे, एक बुडबुडा – शेवटच्या बुडबुड्यापर्यंत तग धर, प्रचंड दाब, वेदना. शेवटचा एक मोठा थोरला चंदेरी बुडबुडा पृष्ठभागावर गेला आणि फुटला.

हवेसाठी कासावीस होत, पाठीवर पडून पाणी कापत, एक प्रचंड ठणका बनलेलं माझं शरीर घेऊन मी भराभर श्वासोच्छ्वास करू लागले. माझं हृदय जोरानं धपापत होतं आणि आता डोकं फुटणार असं वाटत होतं. मी जरा तरंगत पडले. श्वास पुन्हा पूर्ववत होण्याची वाट पाहिली. जरा हृदयाचे ठोके पूर्वस्थितीला येऊ दिले. तोल सावरला.

मी आणखी एकदा प्रयत्न करणार होते. पण आपल्याला काही मिनिटांची विश्रांती आवश्यक आहे हे मला समजत होतं. रक्तातील लॅक्टिक ॲसिड बाहेर टाकून मला प्राणवायू भरून घ्यायचा होता.

मी पाय वर उचलले. जणू दोन खांद्यांच्या मध्ये पाठीकडे एक छोटी बाटली आहे आणि ती आपल्याला पाण्यात ढकलायची आहे, अशी कल्पना करून मी तरंगत राहिले. डोक्यावरचा भार हलका व्हावा म्हणून मनाला मी सैल सोडून दिलं. आकाशभर परसलेले, नभाचे निळे, सूर्याचे पिवळे आणि ढगांचे धवल रंग बघताबघता मला त्यांच्यात दिसू लागले– 'बेलुगा' देवमासे, अँगलफिश, चिकटे मकारुन्स, बासरी वाजवणारे लोकरी यामाज, माँट ब्लॉकचं शिखर, मोठी कटर जहाजं, पांढरे हत्ती आणि शुभ्र गुबगुबीत मनीमाऊ, केसाळ बोझोइज आणि ग्रेट पायरेनीज. ढगांसारखी मीही त्या महासागरावर आरूढ झाले होते.

अचानक पाणी गढुळलं. त्याचा रंग बदलला. ते लालसर, मातकट होऊन, अभ्रक मिसळून चमचमू लागलं. मी वाळू आणि गाळाच्या एका नदीत होते. किनाऱ्याकडून समुद्रात शिरलेली ही नदीची भेग म्हणजे

अगदी कमी वेगाचा प्रवाह होता. पण काही मिनिटांत तिने मला किनाऱ्यापासून दोनशे यार्डांवर आणून सोडलं होतं. घाबरण्यासारखं काही नाही हे मला माहीत होतं. हं, आता तुम्ही वळून मुद्दाम त्या प्रवाहामध्येच शिरलात तर गोष्ट वेगळी. मला जर कुठल्याही क्षणी किनाऱ्याकडं यावसं वाटलं, तर किनाऱ्याला समांतर पन्नास-शंभर यार्ड पोहले, तर पुढे किनाऱ्याकडे येता येणार होतं. खोल पाण्यात या प्रवाहावर स्वार व्हायला मला आवडलं. त्या सफरीत मला एक नवी योजना सुचली.

या वेळी मला बाळमाशाला शोधण्यासाठी आणखी लवकर, आणखी खाली जायचं होतं. सात खोल श्वास घेऊन मी बुडी मारली. जितक्या वेगानं माझे हात हलू शकतात, तितक्या वेगानं पाणी कापत मी पंचवीस फुटांखाली पोहोचले. बॅट रेजची एकेरी माळ आपले पर हलवत माझ्याकडे पोहत येत होती. जवळ आले तसा त्यांचा आकार आणखी मोठा झाला. पंखाच्या या टोकापासून त्या टोकापर्यंत त्यांची रुंदी चांगली पाच फूट होती. त्यांचं वजन दोनशे पौंड तरी भरलं असतं. जास्तच, पण कमी नाही. त्यांची शरीरं सपाट होती. त्वचा तुकतुकीत होती. जणू सर्फरचा सूट. त्यांची डोकी मोठी होती आणि त्यांच्या परांच्या एकदम पुढे आलेली होती.

एक बॅट रे माझ्यापासून तीन फुटांवरून पोहत गेला. एखादं वर्तमानपत्र गुंडाळावं नि उलगडावं, तसं त्याचं पोहणं मोठं देखणं होतं. आणखी सहा बॅट रेज एका लयीत मागोमाग पोहत गेले. माझ्या डोक्यावरून दहा फुटांवरच्या पातळीत ते पोहत होते, त्यामुळे त्यांची पांढरी पोटं मला दिसत होती. किनाऱ्याच्या दिशेनं ते आत वळले. तिथं पाणी उबदार होतं. ते पाण्याच्या आणखी काही इंच वरच्या थरात गेले. सूर्याच्या प्रकाशानं किनार ओढलेला मंद निळा पृष्ठभाग त्यांच्यामुळे ढवळून गेला. त्यांच्यामागं त्यांच्या लांब शेपट्या फिरत होत्या.

एक वळसा घेऊन फिरून त्यांनी खाली सूर मारला. तसेच वेगानं पर फडफडवीत ते माझ्या अंगावरून गेले. त्यांच्या येण्यानं तळाचा गाळ ढवळला गेला. आणि शिकाऱ्यांपासून दडलेले स्टिंग रेज आणि हॅलिबट उघड्यावर आले. स्टिंग रेजच्या पळापळीनं समुद्रतळावर एकदम स्फोट झाल्यासारखं दिसू लागलले. बॅट रेजनी उरलेलं अंतर कापलं.

परतण्याची इच्छा नसूनही, केवळ श्वास घेण्याच्या गरजेपोटी मी माझे उरलेले बुडबुडे वापरीत, बॅट रेजच्या तंत्राचं अनुकरण करीत माझ्या बाहूंनी पाणी जोरजोरात खाली दाबत पृष्ठभागाकडे निघाले.

पाण्याचा ताणलेला पृष्ठभाग कापून वरती येऊन मी पाठीवर पडले आणि भराभर खोल श्वास घेतले.

मी फार वेळ तशी पडून राहिले नाही. मनोमन मला ठाऊक होतं, की जर बाळमासा परत चटकन सापडला नाही, तर त्याला त्याची आई कदाचित कधीच सापडली नसती. माझ्याबरोबर असता तरी सापडली नसती. पण मदतीचा आणखी काहीतरी मार्ग शिल्लक असेलच की, असं वाटू लागलं.

त्याच त्याच जागी सूर मारत राहिल्यानं मी बाळमासा सापडायची संधी वाढवीत होते, की घालवत होते? कोण जाणे, पण मी काहीतरी वेगळं करायचं ठरवलं. या वेळी मी किनाऱ्यापासून लांब दोनशे यार्डांवर, जरा उबदार पाण्यात पोहोचले. तीन खोल श्वास घेऊन मी कमरेत वाकले, पाय डोक्यावर आणून मी भरभर खाली निघाले. माझं डोकं जणू चिमट्यात पकडलं होतं. आणि खोल जावं तशी त्या चिमट्याची पकड आणखी आवळत होती. माझं हृदय माझ्या कंठात येऊन हळू धडधडत होतं. आणखी दोन-चार हात मारून मी एका जागी स्थिर राहण्यासाठी धडपडले.

माझ्या उजव्या बाजूनं दोन समुद्री कासवं पोहत निघाली. ती चांगली भलीमोठी होती. त्यांच्या कवचावर तपकिरी-हिरव्या-काळ्या-करड्या रंगांची सुरेख नक्षी होती. त्यांचा विस्तार चार फूट होता आणि त्यांचं वजन दीडशे पौंडांपर्यंत भरलं असतं. ती पंधरा तरी वर्षांची असणार. सावकाश, सहज पोहत होती. त्यांची पुढच्या पायांची वल्ही पंखांसारखी पाण्यावर आपटत होती. पाण्यातली चाकाची घरं असावीत, तसं ते आपली बिऱ्हाडं पाठीवर घेऊन निघाले होते. त्यांना अजिबात घाई नव्हती. काय विलक्षण प्राणी आहेत हे! यांना श्वास रोखून पाच तास पाण्याखाली राहता येतं. आणि ते आपल्या हृदयाच्या ठोक्यांचा वेग मिनिटाला नऊ ठोके इतका कमी करू शकतात. ते दिसेनासे झाल्यावर अतिशय निराशेनं मी पाण्यावर आले. बाळमासा किंवा त्याची आई, दोघांचा कुठेही पत्ता नव्हता. करू तरी काय?

पाठीवर पडून मी जरा दम घेतला. शक्ती भरून घेतली. पाणी खळबळत माझ्या दंडा-खांद्यांवरून वाहात होते. मी माझे हात फैलावले आणि डोक्याजवळ तरंगू दिले. हनुवटी छातीवर दाबून माझ्या मानेच्या मागच्या भागाला थोडा ताण दिला. एकेक करून गुडघे वाकवून हातांनी वेढून छातीच्या अगदी जवळ आणले आणि मग सावकाश सैल सोडले. असं केल्यानं माझ्या पाठीवरचा ताण बराच कमी झाला. आपण एका मोठ्या पाळण्यात पहुडलो आहोत, लाटा आपल्याला आंदोळत आहेत, हलक्याशा लाटा माझ्याखालून वाहून माझ्या पाठीला आणि खांद्यांना छानसा मसाज करीत आहेत, अशी कल्पना करीत मी पाण्यावर पडून राहिले.

वाटोळ्या लाटांमध्ये फुंकर मारून वारा त्यांची वाद्यं बनवीत होता. मोठे भोंगे, कर्णे, शंख, बासऱ्या, पिपाण्या, शिंगं, तुताऱ्या, नळ्या, सनई, पावे, बाजे, पुंग्या अशी सगळी होती. समुद्रावर मोठी मैफल जमली होती. लाटा जशा उभारायच्या, मोठ्या व्हायच्या, जसे त्यांचे आकार बदलायचे, त्यांच्यातून फिरणाऱ्या वाऱ्याचं प्रमाण कमी-जास्त व्हायचं, तसा त्या संगीताचा सूर, ताल, आवाज बदलत होता.

लाटा फुटल्या की नवीच हालचाल व्हायची. लाटा पुळणीवर येताना सारंगीवर मधुर स्वर छेडत यायच्या. अवखळ लहरी पाण्याच्या पृष्ठभागावर ताल धरायच्या आणि छोट्या छोट्या लाटांनी पियानोची जलद गोड धून वाजायची.

पार्श्वभूमीवरचे जहाजाच्या भागांच्या खणखणण्यचे पडसाद, समुद्रपक्ष्यांच्या आर्त हाका यांची या समुद्रावरच्या भव्य मैफिलीला साथ मिळत होती. मी प्रत्येक क्षणाचा आस्वाद घेण्यात रंगून गेले होते. इतक्यात मला माझ्या आजोबांच्या होडीसारखी, इंजिनाची कर्कश शिट्टी ऐकू आली.

पटकन मी डोकं उचललं. हातापायांची जलद हालचाल करून जरा पाणी उडवलं, म्हणजे येणाऱ्याला मी लवकर दिसेन.

नावाड्यानं ज्या प्रकारे मोटार धरली होती आणि ज्या प्रकारे तो कठड्यावरून वाकून पाहात होता, त्यावरूनच मी ओळखलं, की कार्ल आजोबा होते. मी एकदम उल्हसित झाले. मी हात उंच करून हलवला. कार्ल आजोबा सील बीच आणि लाँग बीचच्या किनाऱ्याजवळ मासेमारी

करायचे. माझ्या आजोबांसारखेच तेही आमिष म्हणून गांडुळं वापरायचे. कधी कधी किडेही गळाला लावायचे, पण नाईट क्रॉलर्स (लांब, मोठी, डोक्याकडे चपटी असलेली गांडुळं) लावून सगळ्यांत जास्त मासे मिळतात असा त्यांचा विश्वास होता. त्यांच्या घरापाठीमागे त्यांनी एक कंपोस्टचा ढिगारा केला होता. तिथं ते कापलेलं गवत, भाज्यांच्या साली वगैरे जिरवायचे. मी पाहिलेले सर्वांत मोठे, लांबलचक नाईट क्रॉलर्स* त्यांनी तिथे पैदा केले होते.

कार्लनी त्यांच्या खलाशाच्या पांढऱ्या टोपीला हात लावला आणि बोटं माझ्याकडे वळवली. वर्षानुवर्षं पाण्यावर काढल्यानं त्यांचा चेहरा लाल झाला होता आणि खोल सुरकुत्या पडल्या होत्या. त्यांच्या निळसर डोळ्यांच्या संरक्षणासाठी त्यांनी काळा चष्मा घातला होता.

कार्लना थांबून बोलायला फार आवडायचं. त्यांची पत्नी गेल्याला बरीच वर्षं झाली होती. आणि तिच्या सोबतीची सय त्यांना नेहमी यायची. त्यांना माणसं आवडायची, तसं एकट्यानं मासे पकडायलाही आवडायचं. त्या दृष्टीनं ते कुणाच्या जंजाळात नसायचे. कधीकधी ते आपल्याबरोबर आणखी एक जरा रागीट म्हातारबाबा आणायचे. या मित्राची बायकोही बऱ्याच वर्षांपूर्वी निवर्तली होती आणि त्यांना एकटं वाटायचं म्हणून कार्ल आजोबा त्यांना घेऊन यायचे. हा खरं तर कार्ल आजोबांचा चांगुलपणा होता, कारण तसल्या खडूस माणसाबरोबर राहण्यापेक्षा मी तर एकटीच राहिले असते. सकाळी त्यांना निघायला बऱ्याचदा उशीर व्हायचा. माझा सराव संपत आलेला असायचा, तेव्हा ते निघालेले असायचे.

पण ते भेटलेले मला फार आवडायचे. पोहता पोहता मला विचार करता येईल कशी काहीतरी खास बातमी किंवा माहिती त्यांच्याकडे

---

* नाईट क्रॉलर्स हा गांडुळांचाच एक प्रकार, फक्त आकाराने मोठे, म्हणजे साधारण पंचवीस सें.मी. लांब आणि एक सें.मी. जाडीचे असतात. यांचं 'डोकं' गडद तपकिरी, काळसर रंगाचं असतं. अत्यंत प्राथमिक अवस्थेतील मेंदू असतो. त्याच्या 'शेपटी'चा भाग डोक्यापेक्षा चपटा आणि फिक्या रंगाचा असतो. बागेतील गांडुळं पुढे-मागे कशीही जातात. हे नाईट क्रॉलर्स मात्र डोक्याच्या दिशेने 'पुढे' जातात. मासेमारी करणारे लोक माशांचे आवडते आमिष म्हणून यांचा उपयोग करतात.

असायचीच. आणखी एक मस्त गोष्ट म्हणजे कार्ल आजोबांनी नेहमीच एखाददुसरा जास्तीचा हॅलिबट मासा पकडलेला असायचा. ते तो मला घरी न्यायला देऊन टाकायचे. पाच-दहा पौंडी मेलेला हॅलिबट मासा डोक्यावर धरलेला आहे, त्याचे स्राव माझ्या खांद्यांवरून ओघळत आहेत, अशा अवस्थेत किनाऱ्यापर्यंत पोहत यायचं म्हणजे अंमळ विचित्रच वाटायचं.

कार्ल आजोबांनी दिलेल्या माशांइतके ताजे फडफडीत, चविष्ट मासे मी कधीच कुठं चाखले नाहीत. कार्ल आजोबांनी दिलेले असल्याने त्या माशांना अधिकच चव यायची. आणि मला खात्री होती, की मला त्यांच्याकडून मासे घेण्यात जेवढी मजा यायची, तेवढाच आनंद त्यांना मला मासे देण्यात वाटायचा.

कार्ल आजोबांना एकदम काळजी वाटत होती. त्यांनी मला पाठीवर तरंगताना पाहिलं. त्यांनी मला तसं कधीच पाहिलं नव्हतं. मी सहसा वेगानं पोहत असायची. काहीतरी बिनसलंय असं त्यांना वाटलं. मी त्यांना जेव्हा हरवलेल्या बाळमाशाबद्दल सांगितलं, तेव्हा त्यांनी जीवनातल्या एखाद्या गूढ रहस्याचं उत्तर सापडल्याप्रमाणे स्मितहास्य केलं. सकाळपासून त्यांच्या गळाला काहीच लागलं नव्हतं. आणि त्यांना हे विचित्र वाटत होतं. बाकी सगळ्या गोष्टी नेहमीसारख्याच होत्या, त्यांना नेहमी दोन-तीन तरी मासे मिळायचेच.

बाळमाशामुळे घाबरून इतर मासे इकडेतिकडे पळून गेले असणार. कार्ल आजोबांच्या मते तो इथेच कुठेतरी जवळपास असणार. किनाऱ्यापर्यंत मी जातो आणि काही दिसलं तर रेडिओवर स्टीव्हला निरोप पाठवतो असं ते म्हणाले. त्यांनी सांगितलं, की कधीकधी अगदी महत्त्वाच्या गोष्टी घडायला वेळ लागतो. कधीकधी त्या एकावेळी घडतच नाहीत, कधीकधी काळ आणि कष्ट यातूनच तुम्हाला उत्तर सापडतं आणि शिकायला मिळतं. कधी जरा वेगळ्या पद्धतीनं प्रयत्न करावा लागतो.

ते माझ्यापेक्षा कितीतरी जाणते होते आणि त्यांच्याशी बोलून मला नेहमीच बरं वाटायचं. त्यांनी बोट वळवली, एकवार खांद्यावरून मागे नजर टाकली. टोपीला स्पर्श करून किनाऱ्याकडे मोटरबोट हाकारली.

अजून एकदा प्रयत्न कर. आणखी खोल पाण्यात जाऊन पाहा. या वेळी जर बाळमासा सापडला नाही, तर वेगळं काहीतरी करून पाहायला पाहिजे.

पाण्याखाली सूर मारून, मी सगळी शक्ती पणाला लावून वेगानं खोल खोल गेले. क्षणोक्षणी तिथलं जग बदलत होतं. मी हिरव्या-पिवळ्या-निळ्या-जांभळ्या आणि आकाशी रंगांच्या शोभदर्शकातून जात होते. खोल खोल गेल्यावर दाब एवढा वाढला, की माझं डोकं आणि शरीर एक अदृश्य गाठीत आवळलं जाऊ लागलं.

माझे कान थरथरले आणि मी आणखी खोल जायला सुरुवात केली. हातांच्या वाढलेल्या हालचालींमुळे प्राणवायू वेगानं खर्च होत होता. शुद्ध न हरपता सुखरूप पाण्यावर पोहोचू शकू एवढी हवा माझ्या फुप्फुसांत शिल्लक ठेवणं भाग होतं. माझे परीक्षक माझा एक प्रकारचा सराव करून घ्यायचे, ज्यात मी प्रत्येक पाच हात मारल्यावर, मग सात, मग नऊ आणि मग अकरा हात मारल्यानंतर श्वास घ्यायचे. तो सराव आज कामी येत होता. तरीसुद्धा, पाण्याचं वजन अंगावर घेऊन पोहायची मला अजिबात सवय नव्हती. आपण फार काळ खाली राहू शकणार नाही, हे मला समजत होतं.

महाशय तिथे बरोब्बर माझ्या खाली तरंगत होते. गाळानं भरलेल्या मातकट रंगाच्या तळाच्या वरती काही इंचांवर तो आपल्या मोठमोठ्या तपकिरी डोळ्यांनी थेट माझ्याकडे बघत होता. एकदम निवांत होता. मला हसू आलं आणि पटकन पोहत जाऊन त्याच्या गळ्याला मिठी घालावीशी वाटली. तो सगळा वेळ तिथेच होता, मला बघत होता.

त्यानं शेपटी उचलली. मान जरा खाली घातली आणि प्रकाशाच्या पांढऱ्या, हिरव्या पट्ट्यांतून सुळकन माझ्याकडं आला. द्रवरूप प्रकाश डचमळत होता, त्याच्या त्वचेला गुदगुल्या करत होता.

त्यानं पोहत एक छोटं वर्तुळ काढलं. ताण हलका झाल्यानं मी आनंदानं मनापासून हसले आणि नाकात पाणी जाऊ नये म्हणून धडपडले. त्याला माझ्याशी खेळायचं होतं. पण माझी 'हवा' संपत आली होती.

माझ्या बुडबुड्यांच्या मागोमाग मी घाईनं पृष्ठभागावर आले. माझ्या फुप्फुसांत शून्य हवा उरली होती.

पाठीवर पडून मी श्वास घेतला. जरा दम खाल्ला आणि पुन्हा सूर मारला. त्याची फुप्फुसं एकदमच खास होती. मला वाटलं, तो अनंतकाळापर्यंत खाली थांबू शकत असेल. त्यानं एक मोठ्ठी डॉल्फिन किक् मारली आणि मधाळ रंगांच्या किरणांमधून येऊ लागला. पाण्यातील

त्याच्या हालचालींनी त्या किरणांचे पिवळसर ठिपके झाले. त्याने घशातून आवाज काढला, जरा थांबला आणि पुन्हा घशातून हळूच आवाज काढला. तो थोडा अधिक वेळ थांबला. जणू त्याला माझ्या प्रतिसादाची अपेक्षा होती. मग त्यानं चक् केलं आणि किलबिलला. त्यानं पाण्याखालच्या आवाजांची एक धूनच गायली. तार स्वर, खर्ज स्वर, हळू, मोठ्यांदा, सगळे आवाज अगदी नवीन आणि आगळे वेगळे.

माझ्या आयुष्यात प्रथमच मी देवमाशाच्या पिल्लाला बोलताना ऐकत होते. मी देवमाशाचाा आवाज ऐकला होता. मी थरारून गेले. बाळमासा माझ्याशी बोलला होता.

मला अगदी आत्यंतिक तळमळीनं त्याच्याशी बोलायचं होतं, त्याचं बोलणं समजून घ्यायचं होतं. परदेशात जावं, पण तिथली भाषाच येऊ नये असं झालं होतं. काहीतरी करून संपर्क तर जोडायचा आहे; पण एक अक्षरही कळत नाही, यामुळं फार निराश वाटू लागलं.

तो त्याच्या मोठ्या तपकिरी डोळ्यांनी माझ्याकडे पाहत होता. आणि मला पुढे जाऊन त्याला स्पर्श करावासा वाटत होता. त्याला समजेल असं काहीतरी मला करायचं होतं.

त्याऐवजी, मी नुसता मदतीचा विचार करत त्याच्याकडे बघत राहिले. तो काहीतरी हालचाल करेल, ती आपल्याला समजेल म्हणून त्याच्याकडं पाहात राहिले.

मी काहीच बोलले नाही, तसं कुशीवर वळून त्यानं माझ्याकडं पाहिलं, तोंड उघडलं. त्याला एक मोठी गुलाबी जीभ होती. मला वाटतं, तो माणसाच्या बाळासारखीच त्याची जीभ टाळूवर आणि तोंडात खाली आपटून च्यक् च्यक् आवाज करत होता. त्याचं बोलणं किंवा आवाज करणं पुढे चालू झालं.

आणि मी महदविस्मयानं ते आवाज ऐकू लागले. आता इतक्या वर्षांनंतर वाटतं, जर माझ्या पहिल्याच बुडीत बाळमासा सापडला असता, तर त्याचं पाण्याखालील बोलणं मी कधीच ऐकू शकले नसते. देखणे बॅट रेज किंवा पोहणारी समुद्री कासवंही कधी बघायला मिळाली नसती आणि श्वास रोखून मी महासागरात किती खोल जाऊ शकते हेही मला कळलं नसतं.

■

. ६ .

बांधाजवळ, पाण्याखाली किंवा कुठेही बाळमाशाच्या आईचं काहीही चिन्ह नव्हतं. म्हणून मग मी धक्क्याकडं परत पाहत जायला सुरुवात केली. बाळमासाही माझ्या पाठोपाठ येईल असं वाटलं होतं. पण तो आला नाही.

त्याच्याशी काहीतरी बोललं, तर तो माझ्याबरोबर येईल असं मला वाटलं. ओळखीची शिट्टी ऐकली, की कुत्रा नाही का प्रतिसाद देत? म्हटलं, त्याला समजायला हवं, तर त्याच्याशी त्याच्या भाषेत बोललं पाहिजे. मी त्याच्यासारखं चिवचिवून पाहिलं. ते भयाण होतं. त्याच्या आवाजाच्या जळवपासचंही नव्हतं. त्याच्यासारखा डुरकण्याचा आवाज काढून पाहिला, अगदी खरोखरचं मोठ्यांदा रेकून पाहिलं, पण नाकातोंडात पाणी जाणं आणि त्या खारट चटक्यानं गॉगलमध्ये अश्रू जमा होणं, याव्यतिरिक्त काही झालं नाही. नाकातून पाणी काढून टाकण्यासाठी मी पृष्ठभागावर आले.

आणि मग एकदाचा माझ्या डोक्यात उजेड पडला, की मी कसेही आवाज काढले, तरी मला त्याच्या आवाजांचा अर्थ कळतच नव्हता. मी अगदी हुबेहूब त्याच्यासारखाच आवाज काढू शकले असते, तरी त्याला तो फक्त त्याच्या आवाजाचा प्रतिध्वनी वाटला असता.

काय करावं ते न सुचून मी धक्क्याच्या दिशेनं पोहणं जारी ठेवलं.

कधी कधी एखादी साधीशीच गोष्ट, पुन्हा एकदा केली, की परिणामकारक ठरते. काही क्षणांतच बाळमाशाने आघाडी घेतली.

आम्ही धक्क्यावर पोहोचलो तेव्हा स्टीव्ह, कोळ्यांच्या एक गटाबरोबर वाट बघत बसला होता. त्यांच्यासोबत मूठभर स्थानिक लोक आणि पर्यटकही होते. स्टीव्हनं सांगितलं, की किनाऱ्यापासून जरा अंतरावर एका कोळ्यानं एका तेलाच्या विहिरीजवळ आई माशाला पाहिलं होतं.

तेलाची विहीर किनाऱ्यापासून दीड-एक मैल आत होती आणि धक्क्यापासून जवळजवळ सरळ रेषेत होती. तिथे मी यापूर्वी एकदाच गेले होते, खुल्या पाण्यातल्या स्पर्धेच्या वेळी. आणि त्यावेळी माझ्याबरोबर लांबुडक्या पॅडलबोर्डवरचा पॅडलर सोबतीला होता. मला स्पर्धेच्या योग्य मार्गावर राहायला मदत करणं आणि धोक्यांकडे लक्ष ठेवणं ही त्याची कामं होती.

पण बाळमासा अगोदरच वळून किनाऱ्यापासून दूर निघाला होता. त्यानं वळून माझ्याकडं पाहिलं. त्याची नजर जणू म्हणत होती, 'ये ना माझ्याबरोबर पोहायला.'

त्याच्या मागोमाग जाण्यात काही अर्थ नाही हे मला समजत होतं, मी का जाऊ शकत नव्हते किंवा मी का जाऊ नये यासाठी माझ्याकडे एकशेदहा कारणं होती, पण त्यानं एकट्यानं जावं असंही मला वाटत नव्हतं.

कधीकधी आपल्या वागण्याला काही अर्थ नसतो. मी एखादी गोष्ट का करत आहे किंवा ती तशीच का करत आहे याचं काहीही स्पष्टीकरण देता येत नाही. ती गोष्ट केलीच पाहिजे, एवढं मात्र समजत असतं. मी प्रयत्न करायलाच पाहिजे होता. प्रयत्न केला नाही, तर काय काय होऊ शकेल हे कळणारच नाही. एखादी महान रहस्यकथा वाचताना ती उलगडली कशी हे समजतच नाही. आपण मात्र ती सोडवण्याबद्दल विचार करत बसतो. कधीकधी लोकांना निरर्थक वाटणाऱ्या गोष्टी मला खूप अर्थपूर्ण वाटतात.

मी चारचौघांसारखी नाही हे मलाही मनोमन ठाऊक होतं. मी जरा थोराड आणि लाजाळू होते. पुढे जायचं, तर भरपूर मेहनत केली पाहिजे आणि चांगला अभ्यास केला पाहिजे यावर माझा विश्वास होता. मला पुष्कळ मित्र-मैत्रिणी हेत्या. संगणक-तज्ज्ञांपासून वॉटरपोलोच्या संघातल्या पोरांपर्यंत आणि पोहण्याच्या संघातल्या मुलीं-पासून ते नाटक-संगीत क्षेत्रापर्यंत – पण मी कुठल्याच एका गटात नव्हते. मला काय करायचं आहे हे मला पक्कं ठाऊक होतं. माझ्या वयाच्या इतर मुलामुलींचे खेळ मी खेळत नव्हते. नेते, शास्त्रज्ञ, संशोधक लोक, रूढ विचारसरणीच्या विरुद्ध जाणारे स्त्री-पुरुष यांचा अभ्यास करण्यात मला अधिक रस होता. प्रवाहाच्या विरुद्ध पोहणं नेहमीच अवघड होतं. काही नवीन

किंवा वेगळं करणं नेहमीच अवघड असतं. कारण नव्या कल्पनांमुळे जुनं काहीतरी बदलावं लागतं. बरेचसे लोक अनंताने ठेवलं तसेच सुखी असतात. पण मी जर स्वतःला जराही तोशीस लागू दिली नाही, जराही कष्ट घेतले नाहीत, तर मला नवीन अनुभव कसे मिळणार? मी नवीन शिकणार कशी, बघणार कशी आणि नव्याचा शोध तरी कसा घेणार? माझी अशी श्रद्धा आहे, की आपल्यापैकी प्रत्येकाच्या इथल्या अस्तित्वाला काही तरी हेतू आहे. आपल्याला काही दैवी देणग्या मिळालेल्या आहेत आणि काही मर्यादाही आहेत. आपण त्यांच्यापासून काहीतरी शिकायला पाहिजे आणि आपल्या आयुष्यात अर्थ आणि समृद्धी आणली पाहिजे.

"मी त्याच्याबरोबर पोहायला जाते आहे." मी ओरडून स्टीव्हला सांगितलं.

"तू एकटीनं जावंस ही कल्पना काही मला रुचत नाहीये." तो म्हणाला.

मी घाबरले होते. पण मला जायलाच हवं होतं. मला जमतील असं वाटलं म्हणून मी कितीतरी गोष्टी करायचे; कारण मी ते केलं नाही, तर मी काहीतरी नवीन शिकण्याची, वाढण्याची, कस लागण्याची एक संधी गमावली असती. लांबलचक चर्चा करीत बसायला आता वेळ नव्हता. बाळमासा वळून खुल्या समुद्राकडे निघाला होता. आणि मला भीती होती ती ही, की आत्ता जरा तो माझ्याशिवाय गेला, तर तो त्याच्या आईला भेटला का, त्याचं पुढे काय झालं, हे आपल्याला कधीही कळणार नाही. कदाचित माझ्या नुसत्या असण्यानंही फरक पडला असता.

चटकन मी ठीक असल्याचं स्टीव्हला सांगितलं आणि त्याला सांगितलं, की मासेमारीच्या बोटीवरच्या मित्रांना त्याने, आम्ही तिथे असल्याचे कळवावं. त्यांनी पुढे त्यांच्या मित्रांना कळवावं. त्याला काही ती कल्पना तेवढीशी आवडली नाही. तो एक प्रौढ आणि जरा जुन्या वळणाचा होता. त्यानं मला सावध केलं, की सर्वांत जवळची बोटसुद्धा पाव मैलावर होती.

"मी काळजी घेईन. शिवाय, मी देवमाशाच्या बाळाबरोबर पोहणार आहे. बाळमासा आहे माझ्यासोबत." मी म्हटलं आणि पोटात होता त्यापेक्षा जास्त आत्मविश्वास चेहऱ्यावर आणून स्मितहास्य केलं.

स्टीव्हच्या चेहऱ्यावरही हास्य उमटलं. "हं, हे छान आहे. बाळ असला तरी देवमासा आहे. देवामासा आहे, पण अजून बाळ आहे."

स्टीव्हचा आवाज गंभीर झाला. त्याने सल्ला दिला. "डोकं सारखं वर उचलून आजूबाजूला बघत राहा. बोट येताना दिसली, तर तू बाजूला हो. ते तुला बघतील म्हणून वाट पाहत थांबू नको."

बाळमाशाबरोबर पोहत मी धक्क्यापासून शंभर यार्ड दूर गेले. दोनशे यार्ड, तीनशे, चारशे आणि श्वास घेताना उजव्या खांद्यावरून मागं पाहिलं, तर धक्का आणि त्यावरची माणसं लहान लहान होत होती. आम्ही एकमेकांजवळून पोहत होतो. बाळमासा पुढे होता. तो थेट तेलाच्या विहिरीकडे चालला होता. आणि मी पाठोपाठ त्याच्या रेषेत होते. एक-दोनदा त्यानं वेग खूप कमी केला. आणि पाण्यात जागच्या जागी थांबला. तो अस्वस्थ, थोडा त्रासल्यासारखा वाटत होता. त्याने खाऊन काही तास तरी लोटले असणार. त्याची शक्ती कमी होत असणार.

"ये, बाळमाशा. तिथपर्यंत पोहत जाऊन पाहू तुझी आई सापडते का ते." त्याला प्रोत्साहन देत मी म्हटलं. त्याला एक शब्दही कळत नव्हता हे मला कळत होतं. पण त्याला माझे विचार समजत असावेत अशी आशा होती.

कधीकधी शब्द फार तोकडे पडतात, विचारांची खोली आणि भावनांची तीव्रता पोहोचवण्यासाठी शब्द पार थिटे पडतात. प्रेम, आशा, भीती किंवा आनंद, हे देवमासा कसं पोहोचवतो?

त्या प्रचंड महासागरात तो इवलासा दिसत होता, आणि मला काहीतरी करून त्याचं संरक्षण करायचं होतं.

कदाचित तुम्ही हृदयाच्या भाषेत संवाद करत असाल. तसेच तर तुम्ही पृथ्वी-वरच्या प्रत्येक सजीवाशी जोडले जाता. हृदयाचा उपयोग कर. सर्व सीमा-मर्यादांना उल्लंघून फक्त प्रेमच पोहोचू शकतं. तेच सागरासारखं नित्य आणि अथांग आहे. हृदयानं बोल त्याच्याशी आणि त्याला ऐकू जाईल. ती कितीही जवळ किंवा दूर असली, तरी तिचं त्याच्यावर प्रेम आहे. त्या प्रेमातून त्याला शक्ती मिळेल. नक्की मिळेल.

तो तुझ्याही हृदयात आहे. हे त्याला कळू दे.

आकाश बदलू लागलं होतं. पातळ ढगांनी सूर्यावर पडदा धरला

आणि पाणी जड अपारदर्शक निळ्या रंगाचं झालं. पाण्याचं तापमानही उतरू लागलं, पंचावन्न अंश तरी असेल.

क्षितिजावर काही मासेमारीच्या होड्या दिसत होत्या. पण जसजशी मी बाळमाशाच्या पाण्यातील 'पदचिन्हां'वरून जाऊ लागले – त्याच्या शेपटीनं पाण्यात केलेले खळगे – तसतसं मला जास्तच विचित्र वाटू लागलं.

नकळत मी वळून माझ्या पावलांकडे पाहिलं. माझ्या लाथेनं तयार झालेली एवढीशी पदचिन्हं लगेचच विरून जात होती. मी शहारले.

पाण्याचा जोर कमी करायला धक्का, बांध असं काहीच नव्हतं. तेलाची विहीर हा जर संदर्भ धरला, तरी मी सांगू शकते, की आम्ही उत्तरेकडे ताशी एक नॉट म्हणजे ताशी एक मैलापेक्षा थोडे जास्त, या वेगाने भरकटत चाललो होतो. आमच्या थेट समोर असणारी तेलविहीर आता डावीकडे सरकत चालली होती. वायव्येकडून येणाऱ्या वाऱ्यानं समुद्राचा पृष्ठभाग तडकत होता. समुद्रात फूटभर उंचीच्या लाटा उठत होत्या.

बाळमासा लाटांना तोंड देत चालला होता. त्याचा श्वासोच्छ्वास अधिक वेगानं होत होता. 'पूफ्' आवाज वारंवार येत होता. तो चांगलाच तणावाखाली असल्याचं जाणवत होतं.

आणि तो एकाएकी दिशा बदलत होता. लाँगबीचजवळ तो तेलाच्या उत्तरेकडे निघाला होता. आणि मग पूर्ण अर्धगोल वळून तो आता सर्फसाइड बीचकडे दक्षिणेकडे जात होता. नक्की काय करावं हे त्याला सुचत नव्हतं. मग तो पूर्ण थांबला.

पाण्यावर तो थांबून राहिला. त्याचे डोळे आधीपेक्षा मोठे उघडले होते.

"काय झालं, बाळमाशा?"

तो माझ्याकडं वळला आणि मान तिरकी करून एका डोळ्यानं माझ्याकडे पाहू लागला.

मी पाठोपाठ येण्याची तो बहुधा वाट पाहत असावा.

किनाऱ्यापासून इतकं दूर येणं खरंतर मला आवडत नव्हतं. पण तरी मी त्याच्याकडं गेलेच. डोकं पाण्याच्या वर ठेवलं.

दूरवर काहीतरी होतं. पाण्यावर काहीतरी होतं.

आम्ही जवळ गेलो. शुभ्र कमळांची बेटं तरंगावीत तसं काहीतरी पाण्यावर दिसत होतं.

आम्ही आणखी जवळ गेलो. कमळाच्या बेटांचा आकार मोठा झाला. तीन ते चार फूट व्यासाच्या त्या लंबवर्तुळांना कालवांसारख्या शेपट्या होत्या. त्यांचे रंग वेगवेगळे होते. राखाडी, शेवाळी, काळे आणि ते फडफडत होतं.

हे भलेमोठे राक्षसी सनफिश होते. त्यांचं नाव होतं मोला मोला, ते ऊन खायला पृष्ठभागावर आले होते. सूर्याची उष्णता त्वचेवाटे शरीरात भरून घेत होते. ते चंदेरी रंगाने चमकत होते. आणि प्रकाश फिरला, की ते अंधाऱ्या रात्रीच्या चंद्राप्रमाणे दुधी रंगानं उजळून उठत होते. त्यांचे डोळे छोटे आणि काळे होते आणि त्यांच्या नाकाडाला जोडून गुलाबी रंगाची लांबट तोंडं होती. हाडं असलेले ते जगातील सर्वांत वजनदार मासे आहेत. त्यांचं वजन पाच हजार पौंडांपर्यंत भरतं.

एक सनफिश पोहत होता. आपला वरचा आणि खालचा पर तो हलवत होता. छातीवरचा पर वापरून तो तोल सांभाळत होता, तर शेपटी हे त्याचं सुकाणू होतं. दिशा कायम ठेवण्यासाठी तो तोंडातून पाण्याच्या चुळा टाकत होता.

खोल खोल थंड पाण्याच्या प्रवाहात जाऊन तो थंड झाला आणि पुन्हा वरती आला, तेव्हा पलटी मारून शरीराच्या दुसऱ्या भागावर ऊन घेऊ लागला.

चमकणाऱ्या सनफिशमधून वाट काढत बाळमासा पुढे जात होता. त्यांना आमच्या आगंतुकपणाचं काहीच वाटत नव्हतं. तेलाच्या विहिरीच्या दिशेनं आमचं मार्गक्रमण सुरू होतं. मला फार उघड्यावर टाकल्यासारखं वाटत होतं. पाण्यात माझे पाय गांडुळांसारखे लोंबत होते.

तेलाच्या विहिरीपासून चारशे यार्डांवर आम्ही समुद्री उद्यानात प्रवेश केला. बारीक चुण्याचुण्यांच्या सोनेरी-तपकिरी शेवाळाच्या लांबसडक पट्ट्यांनी ते भरून गेलं होतं. त्याच्या देठाला चिकटून जलपरीचा कंठा होता, म्हणजे मोत्यांसारखे दिसणारे हवेचे अनेक बुडबुडे त्यावर चिकटले होते. त्याचमुळे शेवाळ पाण्यावर तरंगू शकत होतं. पाण्यावर नाचू शकत होतं. त्यांच्या हेलकावण्यावरून पाण्याच्या प्रवाहाचा वेग आणि दिशेचे संकेत मिळतात.

तेलाच्या विहिरीच्या समुद्राकडच्या बाजूला शेवाळाच्या एका मोठ्या पट्ट्यानं लाटांचा जोर कमी केला होता आणि विहिरीपासून दोनशे यार्डांपर्यंत आम्ही जाऊ शकलो.

तेलाची विहीर आमच्या डोक्यावर आयफेल टॉवरसारखी उंच गेली होती. खोदकामाची यंत्रं आमच्या डोक्यावरच्या वीस फूट वरती होती. ती एका धातूच्या फलाटाला जोडली होती आणि हा फलाट, समुद्रात खोलवर पक्क्या रोवलेल्या धातूच्या पायाडाला जोडलेला होता.

तेलाची विहीर ही एक विलक्षण पण अभद्र वास्तू होती. समुद्रतळातून तेल उपसून काढताना पाण्यात मोकळी झालेली तेलाच्या विहिरीची ऊर्जा मला जाणवत होती. सूर्यप्रकाशाच्या नैसर्गिक तेजस्वी ऊर्जेपेक्षा किंवा पृथ्वीच्या शांत, स्थिर ऊर्जेपेक्षा मला ती फार निराळी वाटली.

मला न्यूयॉर्क शहरात असल्यासारखं वाटू लागलं. त्या महानगरातील गगनचुंबी इमारतींच्या मध्ये उभं राहणं हे इथल्या, सगळीकडून ऊर्जेने वेढलेल्या विजेच्या ट्रान्स्फॉर्मर्सच्या मध्ये राहण्यासारखंच होतं. सगळी ऊर्जा इमारतींवर आपटून प्रतिध्वनित होते आणि मधल्या मोकळ्या जागांमध्ये वाहणाऱ्या वाऱ्यानं शतगुणित होते. तेलाच्या विहिरीची ऊर्जा तशीच होती, फक्त जरा जास्त पसरलेली होती. अधिक सौम्यपणे ही शक्ती लाटांद्वारे पाण्यात मिसळत होती.

तेलाच्या विहिरीच्या ऊर्जेला एक कायमचा 'ऊ ऊ ऊ म् म्' असा हुंकार होता. त्याशिवाय धातूचे विविध आवाज होते. करकरणारा, कुरकुरणारा, खणखणणारा, ठकठकणारा.

तेलाच्या विहिरीवर काम करणाऱ्या माणसांनी मला सांगितलं होतं, की ही ऊर्जा माशांना खेचून घेते आणि गुंगवून निष्क्रिय करते असं त्यांच्या लक्षात आलं होतं. तेलाच्या बेटाभोवती, खोल पाण्यातील माशांचं एक मोठं शहर वसलं होतं.

मी ब्रेस्टस्ट्रोक मारत आणखी जवळ गेले तेव्हा विहिरीच्या तळाशी जमा झालेले सनफिशचे जथे मला दिसले. ते शांतपणे पाण्यावर पहुडले होते. आणि त्यांच्याखाली हिंदकळणाऱ्या लाटांप्रमाणे त्यांची शरीरं वळत होती.

बाळमाशानं सनफिशना मागं टाकलं. बाजूनं एखाद्या जलतरणपटूंच्या गटा-प्रमाणे छपछप पोहणाऱ्या हिरव्या समुद्री कासवांकडे लक्षही दिलं

नाही. ती सगळी विहिरीपाशी जमा होऊन एका शर्यतीत धावण्याच्या तयारीत असल्यासारखी दिसत होती.

निळसर चंदेरी पडद्यासारखा चमकत सी बा सचा एक जथा सावकाश पोहत आमच्यावरून पुढे गेला.

बाळमाशाने एक खोल श्वास घेतला आणि चंदेरी जेलीफिशला मागं टाकून पाच फूट खाली मुसंडी मारली. जेलीच्या घुमटावर असलेली पांढरी वर्तुळं सोडली, तर ते सुरेख पारदर्शक होतं. बाळमासा पोहत आकारानं जरा मोठ्या असलेल्या जांभळ्या जेलीफिशजवळून गेला. ते सुंदर पोहत होते. एखादी छत्री उघडमीट करावी, तशी आपल्या घुमटांचं आकुंचन-प्रसरण करून ते हालचाल करीत होते. त्यांच्या सोंडा खाली सहा फूट लोंबत होत्या. ते खालीच राहोत अशी मी प्रार्थना केली. चंदेरी जेलीफिश डंख मारीत नाहीत, पण जांभळे जेलीफिश मारतात. त्यांचे काटे 'नेमाटोसिस्टस' नावाच्या झोंबणाऱ्या पेशींनी सज्ज असतात. पोहणारा या सोंडांना चाटून गेला, की काटे सटकन सुटतात किंवा पोहणाऱ्याला चिकटून बसतात, या हालचालीनं झोंबणाऱ्या पेशी कार्यान्वित होतात. मला याचा दुखरा अनुभव पूर्वी येऊन गेलाय. डंखाची तीव्रता जेलीफिशच्या प्रकारावर अवलंबून असते. मधमाशीच्या डंखाइतका जांभळ्या जेलीफिशचा डंख वाईट नसतो, पण पोहणाऱ्याला एकाच वेळी अनेक ठिकाणी तो होऊ शकतो. हे म्हणजे खाजकुयलीच्या शेतात उघडंवाघडं फिरल्यासारखं असतं.

सोंडांना टाळायचं हे बाळमाशाला ठाऊक होतं. खोलवर सूर मारत, जांभळ्या जेलीफिशच्या समुद्रातून वाट काढत आणि त्यांच्या सोंडांपासून दूर राहात तो पोहत होता. पृष्ठभागावर पोहणारी एक भडक नारंगी रंगाची 'गॅरिबाल्डी'ची जोडी मला सामोरी आली. गॅरिबाल्डी हे मोठ्या गोल्डफिशसारखे दिसतात. सहसा ते किनाऱ्या-जवळच्या उथळ पाण्यात, भरपूर शेवाळं असलेल्या खडकाळ भागात राहतात. त्यांच्या शिकाऱ्यांपासून त्यांना शेवाळाच्या पडद्याचा आडोसा मिळतो. किनाऱ्या-पासून इतक्या लांब त्यांना पोहताना पाहताना विचित्र वाटत होतं. ही एक संरक्षित प्रजाती होती. लागुना बीचजवळ, तसंच कॅटलिना बेटाच्या किनाऱ्याजवळ पुष्कळ गॅरिबाल्डी राहत होते. भडक नारंगी किंवा तांबूस रंगांचं त्यांना आकर्षण होतं. आणि मी जेव्हा तांबूस रंगाची पोहण्यची

टोपी घातलेली असायची, तेव्हा माझ्या डोक्या-जवळून बरेच गॅरिबाल्डी पोहायचे. एका मित्रानं सांगेपर्यंत मला माहीतच नव्हतं, की गॅरिबाल्डीचे पुढचे दात अतिशय धारदार असतात. या दातांच्या साहाय्याने ते काटेरी सी-अर्चिनची मऊ कवचं फोडतात. मग आतली भडक नारंगी रंगाची अंडी सबंध गट्टम करीत.

ही गॅरिबाल्डीची प्रेमिकांची जोडी होती. हळुवारपणे हेलकावणाऱ्या तपकिरी शेवाळाच्य लांबलचक लाटांमधून ते एकमेकाला खेटून पोहत होते. मी त्यांच्या हद्दीत अतिक्रमण केलेला दुसरा गॅरिबाल्डी तर नाही ना, अशी त्यांनी माझ्या डोक्याभोवती चक्कर मारून खात्री करून घेतली. मी गॅरिबाल्डी नसल्याने त्यांना एकंदर संतोष वाटलेला दिसला. ते तेलविहिरीपासून काही इंचांपर्यंत आत पोहत गेले. निळ्याशार समुद्रात ते नारंगी रंगाचे ठिपके मी पाहत राहिले.

बाळमाशाची अथांग समुद्रात आणखी खोल खोल बुडी चालूच होती आणि माझं त्याच्याकडे लक्ष होतं. तू का एवढा खोल चालला आहेस? मला थोडं अस्वस्थ व्हायला झालं. किती वेळ श्वास रोखून धरू शकतो?

काळजी घे बाळमाशा, खरंच जपून रे बाबा.

समुद्राच्या निळसर गहराईत बाळमाशच्या शेपटीचा इंग्रजी वाय अक्षराचा आकार तेवढा हलताना दिसत होता. नंतर तोही अंधारात दिसेनासा झाला. किती खोल गेला होता तो! शंभर की दोनशे फूट. त्याचे कान आणि मेंदूतील दाबाचा फरक तो कसा सहन करीत असेल असा मी अचंबा करीत राहिले. इतक्या झटकन तो दाब कसा जुळवून घेत असेल? त्याचे कान फुटत कसे नाहीत? पृष्ठभागावर येण्यासाठी पुरेशी हवा त्याच्याकडे असेल ना?

पोहणं, खोलवर बुड्या घेणं यासाठीच बाळमाशाचा जन्म आहे हे मला कळत होतं, पण तरी त्याच्याबरोबर मी माझा श्वास रोखून धरला. लोकांना पोहायला शिकवातना मी नकळत असं करीत असे. तलावाच्या तळाशी गेल्यावर हवा कमी पडली आहे असा दारुण अनुभव त्यांना येऊ नये अशी माझी इच्छा असायची. आता त्यांचा दम संपणार असं मला वाटलं, की मी त्यांचा एक हात धरून त्यांना परत वरती खेचायचे. मी पुन्हा एकदा श्वास घेतला. पुन्हा एकदा माझा दम संपला.

मला आणखी वीस वेळा खोल श्वास घ्यावे लागले. अजून तो बेपत्ता होता. मी घड्याळाकडे पाहिलं. तो निदान पाच मिनिटं तरी पाण्याखाली होता.

तो ठीक असेल ना? तो परत येईल का? कुठे होता तो?

अचानक ऊन पडलं. खालच्या पाण्यातील बरंच खोलवर दिसणं शक्य झालं.

मी मनाशी म्हटलं, बोटीशिवाय इतक्या लांब पोहत येणं हा मी केलेला सर्वांत मोठा गाढवपणा होता. पण मग मला आठवलं, आधीही आपला अनेकदा असा गाढवपणा करून झाला आहे. मी पाच वर्षांची असताना दगडाच्या खाणीत एकटीनं उतरायचं ठरवलं होतं. तेव्हा खाली तळाशी पाणी साठून झालेल्या तळ्यात तरंगणाऱ्या लाल चमकदार क्रॅनबेरीज मला बघायच्या होत्या. मी एका दगडाला अडखळले आणि कड्यावरून घसरले. मी खाणीतच पडायचे, पण नशिबानं माझ्या हाताला झाडाची एक फांदी लागली. आणि मग आईला मी सापडेपर्यंत तशीच लटकून राहिले होते मी. हां, तो होता गाढवपणा. तेवढाच दुसरा गाढवपणा म्हणजे, माझ्या भावानं मला कोठीच्या खोलीच्या खिडकीतून खाली बर्फावर उडी मारायला भरीस घातलं होतं तेव्हाचा. भावाला आणि त्याच्या मित्रांना बर्फात खेळायला जायचं होतं. पण त्याआधी बर्फ नरम आहे की कडक ते बघायचं होतं. बर्फ कडक होता. आणि मला चांगलंच लागलं होतं. पण त्याहून गाढवपणा म्हणजे मी सात वर्षांची असताना क्रेग मॅक्वाडचा घेतलेला मुका. तो शुद्ध वेडेपणा होता. पण तरी तो गाढवपणाचा कळस नव्हता. आठवतं का, एकदा तू, स्यू, कारी आणि किट्रीज मैत्रिणीमैत्रिणी एकीच्या घरी रात्री राहायला गेला होता आणि जॉन मिलरच्या घराभोवती टॉयलेट पेपर गुंडाळत होता आणि त्यानं तुम्हाला पकडलं? आणि आठवतं, तुम्हाला सांगितलं होतं की तळ्यावरचा बर्फ फार पातळ आहे, तरी तुम्ही तिथे बर्फावरचं स्केटिंग करायला गेलात आणि बर्फ खरंच पातळ होता. आठवतं, तू एस पासून सुरू होणारा शब्द म्हटलास आणि आजीनं ऐकलं होतं. हं... आणि गणिताचा पेपर होता. हे तू साफ विसरली होतीस. आठवतं, एकदा खूप उशिरापर्यंत तुम्ही बाहेर राहिलात आणि मग जंगलात हरवलात? आठवतं गेल्या महिन्यात?

ठीक आहे, ठीक आहे. मी याआधी पुष्कळ वेळा मूर्खपणा केलेला आहे. पण आजचा प्रकार मूर्खपणाच्या शिरपेचांमध्ये बसणारा असा होता.

थोडे हात मारून एक श्वास घेतला आणि खाली पाहिलं. त्या अगाध विवरात डोकावणं म्हणजे बावळटपणा होता. मी ते का सारखं करत होते, कोण जाणे. मला वाटतं मला अजून बघायचं होतं. जे समजलं नव्हतं ते जाणून घ्यायचं होतं. मला अपार उत्सुकता होती. मी स्वत:वर ताबा ठेवूच शकत नव्हते.

त्या निळ्याशार पाण्यात सावल्या हलत, थरथरत होत्या. मी तेलाच्या विहिरीच्या सावलीत जरा आणखी खोल गेले. एक श्वास घेऊन खाली पाहिलं. बाळमासा काही दिसला नाही.

त्याच्याशिवाय समुद्र ओकाबोका वाटत होता. अचानक, मला कधी नव्हे एवढं एकाकी वाटू लागलं. त्याच्यासाठी आणि माझ्यासाठी, माझ्या मनात भीती दाटून आली.

त्याला मोठ्या देवमाशांसारखं पाचशे फूट खोल जाता येतं का? त्याला किती वेळ लागतो? किती वेळ त्याला श्वास धरून ठेवता येतो? कुठे गेला असेल तो? तो परत येईल का?

मी विचार करत होते. किती वेळ थांबणार? कुणाहीसाठी किती वेळ तुम्ही वाट पाहणार?

पाण्याच्या पृष्ठभागालगत राहून मी विचार करत होते. परत जावं का?

नाही, तो मदतीसाठी माझ्याकडे आला होता. मला त्याला शोधून काढलंच पाहिजे.

मी जीव गोळा करून हात मारत पाण्याखाली त्या काळोख्या पोकळीत खोल जाऊ लागले.

दाबामुळं माझं डोकं ठणकू लागलं. गहिरं निळं पाणी माझ्याभोवती गरगरू लागलं. त्या पोकळीच्या अजगरी विळख्यानं मला जखडून टाकलं. मी थांबले. वाट पाहिली. अगदीच श्वास संपत आला, तशी वेगानं पाण्यावर आले.

त्या गडद अंधाऱ्या पोकळीच्या तणावात एक कल्पना आकार घेऊ लागली.

जाणीव आणि नेणीव यांच्या मधला हा प्रदेश होता. हरवणं आणि सापडणं यांच्यामधला ताण होता. शांतता आणि संगीत यांच्या मधला काल होता. एक असं शून्य, की ज्यात निर्मितीची प्रेरणा निर्माण होते, काहीतरी प्रयत्न, काही कल्पना, काही उत्तर आकारतं,

पुन्हा खाली गेले. एम्पायर स्टेट बिल्डिंगवरून थेट खाली पाहणं, तसंच होतं ते! पण मला तळही दिसत नव्हता, की बाळमासाही दिसत नव्हता. म्हणून मी आणखी खाली जाऊन, पोटावर पडून खाली पाहू लागले.

उन्हाची तिरीप आली आणि पाण्यातून स्वच्छ दिसू लागलं. आता ग्रँड कॅनयनच्या कडेवर उभं राहवं आणि खाली नजर टाकावी तसं वाटत होतं. फक्त खालचं एक एक दार उघडत होतं आणि तळ खाली खाली जात होता. (आता पाणी इतकं नितळ झालं होतं, की ते माझं वजन तरी पेलेल का असं वाटू लागलं.) मी कोसळत कोसळत अनंतात जाईन असं मला वाटू लागलं. पटकन डोकं उचलून मी भरभर श्वास घेतले.

का कुणास ठाऊक, पण आणखी एकदा मला खाली पाहायचं होतं. बाळमासा सापडतो का ते आणखी एकदा पाहायला हवंच होतं. कोसळण्याची भावना न होता खाली पाहायची काहीतरी युगत काढायला हवी होती.

आपण चंद्राच्या पृष्ठभागापासून एक फुटावर तरंगतो आहोत आणि तिथून आपण पृथ्वीकडे, पाण्याकडे पाहतो आहोत अशी मी कल्पना केली. आपण पृथ्वीपासून दूर आहोत अशी कल्पना केल्यावर खोल पाणी तितकंसं भीतिदायक वाटेनासं झालं. माझे विचार बदलल्यामुळं माझा दृष्टिकोन बदलणं, शांत होणं, लक्ष एकाग्र करणं मला शक्य झालं.

मी पाण्यावर पाठीवर पडून शांत राहण्याचा प्रयत्न करू लागले. शरीर सैलावल्यावर मनही सैलावलं आणि नव्या कल्पना येऊ लागल्या.

मला बाळमासा सापडला नसेल, पण मला माहीत आहे, त्याच्यासोबत कुणीतरी आहे. नुसती कुणाची तरी सोबतसुद्धा पुष्कळ वेळा पुरेशी असते.

या जगाबद्दल अनेक प्रकारे विचार करता येतो आणि पुष्कळ लोक पुष्कळ प्रकारे विचार करतात. मात्र, माझ्या मते विचार करण्याच्या दोन

मूलभूत पद्धती आहेत. एक शक्यतेची, आशेची आणि दुसरी शंकेची, अशक्यतेची. मी जेव्हा अशक्य गोष्टींबद्दल विचार करते, तेव्हा अशक्य गोष्ट करून दाखवणाऱ्या माझ्या एका मित्राची मला आठवण होते आणि अशक्य गोष्टी शक्य होऊ शकतात असा विश्वास माझ्या मनात जागृत होऊ लागतो. मी जर प्रयत्न केला, मी जर श्रद्धा ठेवली, मी जर काही ध्येयासाठी काम केलं. मी जर इतर लोकांना माझ्या कामाशी जोडून घेतलं, तर अशक्य गोष्ट अशक्य राहातच नाही मुळी.

वयाच्या पंधराव्या वर्षी मी इंग्लिश खाडी पोहून गेले. हे शक्य होईल असं अनेक लोकांना वाटत नव्हतं. आणि आता त्या काळाकडे वळून पाहताना मला आणखी एक आठवण होते. माझा मित्र ग्रेग मिलरने मला पहाटे तीन वाजता त्याच्याबरोबर बेकर्सफील्डच्या एका वापरात नसलेल्या रनवेवर बोलावलं होतं. माणसाच्या शक्तीवर चालणारं विमान उडवणारा तो पहिला ठरणार होता आणि तो प्रयत्न बघायला त्यानं बोलावलं होतं. इंग्रजी आठचा आकडा काढत 'गोस्सामेर कोन्डॉर' विमान एक मैलभर उडवायचं हे त्याचं उद्दिष्ट होतं. पॉल मॅकक्रीएडी आणि कॅलटेक मधील त्याच्या मित्रांच्या गटानं ते विमान बनवलं होतं. बल्सा लाकडानं आणि मायलार शीट्सने त्याचे पंख बनवले होते आणि ते पियानोत वापरतात त्या धाग्यानं एका सायकलला जोडले होते.

विमानाने आकाशात झेप घेण्यासाठी ग्रेगला फक्त वेगानं पॅडल मारणं एवढंच करायचं होतं. आणि जास्तीत जास्त वेगानं ते मारत राहायचं होतं. म्हणजे विमानानं जमिनीपासून वीस फुटांची उंची ठेवली असती आणि मोठी थोरली आठची आकृती काढताना विमान स्थिर राहिलं असतं.

माणसाच्या शक्तीवर विमान उडवणाऱ्यांमध्ये ग्रेगचा क्रमांक पहिला लागला. त्याच्या चमूसारखा आणि त्याच्यासारखाच माझाही, 'तो हे करू शकेल' यावर पूर्ण विश्वास होता. त्याने खूप मेहनत घेतली होती. कसून सराव केला होता. पक्षी झेप घेताना, उडताना, भुईवर उतरताना त्यांचा अभ्यास केला होता. निसर्गातील गोष्टी पाहून त्यांचं अनुकरण करायचा प्रयत्न केला होता. आणि त्यानं रॉकेट शास्त्रज्ञ आणि संशोधकांच्या गटाबरोबर काम केलं हेतं. त्यांना जीवनामधल्या शक्यता दिसल्या होत्या. काय होतं आणि काय करता येऊ शकेल हे त्यांना दिसलं होतं.

मानवी शक्तीवर विमान उडवणारा पहिला माणूस आपण असावं, असं ग्रेगला का वाटलं, असा प्रश्न मला पडला नाही. साध्य करायचं असं त्यानं आणि त्याच्या संघानं ठरवलं होतं. असंच काहीसं मला देवमाशाच्या पिल्लाबद्दल वाटत होतं. ग्रेगसारखंच लोकांना अशक्य वाटणाऱ्या गोष्टी करून बघण्यावर माझा गाढ विश्वास होता.

अथांग महासागरात बाळमाशाच्या आईला आपण शोधून काढू शकू असा माझा गाढ विश्वास होता.

कधीकधी देवमासे एकमेकांशी संवाद करण्यासाठी पाण्यात खोलवर बुडी मारतात असं मी ऐकलं होतं. त्या खोलीवर, पाणी अधिक थंड आणि अधिक दाट असतं. तिथून त्यांचा आवाज अधिक लांबवर पोहोचू शकतो.

कदाचित बाळमासाही काही ऐकायला, काही सांगायला खाली खोलवर गेला असेल असा मी विचार केला. त्याला जाऊन सतरा मिनिटं झाली होती. तो वेळ अनंतकाळ वाटत होता.

मी पाण्यात डोकं घातलं अन् मनातल्या मनात जोरात ओरडले, ''बाळमाशा!'' काहीतरी करून त्याला ते ऐकायला जावं अशी माझी इच्छा होती.

बाळमासा खालून प्रकट झाला आणि माझ्या शेजारून पोहू लागला.

''बाळमाशा, किती सुंदर आहेस रे तू. एवढ्या दुनियेत तू मला कसं शोधून काढलंस? माझ्याचकडे मदतीसाठी कसा काय आलास रे तू? मी मदत करेन असं कशामुळं वाटलं तुला?''

देवमाशानं कुशीवर वळून माझ्याकडे पाहिलं. त्याच्या डोळ्यांत मला एक तेज, एक उत्कट ऊर्जा, एक छान गोडवा दिसला. मी त्याला माझ्या डोळ्यांत आणि हृदयात भरून घेतलं.

त्याची बिचारी आई त्याला शोधत वणवण फिरत असेल, एवढ्या मोठ्या समुद्रात हा तिला सापडायचा तरी कसा?

जे काही शक्य असेल ते करायचं मी ठरवलं. एखादी गोष्ट फार मोठी आहे, म्हणून दडपण घ्यायचं नाही. पोहताना करतो, तसं या मोठ्या गोष्टीचे छोटे छोटे भाग करायचे. एका वेळी एक.

''बाळमाशा, चल. परत किनाऱ्याकडे जाऊ.'' मी म्हटलं. जायला तर पाहिजेच होतं. मी गारठले होते. दमले होते, गळून गेले होते.

माझ्या गॉगल्समधून आत झिरपणाऱ्या पाण्याच्या खारटपणामुळे माझे डोळे चुरचुरत होते.

बाळमाशाला बहुतेक समजलं. तो वळून माझ्याबरोबर किनाऱ्याच्या दिशेनं पोहू लागला.

आमच्या पाठीमागे प्रवाह चढत जणू एक प्रचंड हात आम्हाला उचलून किनाऱ्याकडे नेत होता. मला आत खोल बरं वाटलं. मी आता पुळणीवर जायला अधीर झाले होते.

पण एकाएकी बाळमाशानं दिशा बदलली.

तो जवळजवळ उलटा वळला. आईचा आवाज त्याला ऐकायला आला की काय?

■

.७.

बाळमासा पाण्याखालून इतक्या वेगानं पोहत होता, की त्याच्या डोक्यावरून ओघळणारे पाण्याचे गडद ओघळ मला दिसत होते.

तो डॉल्फिनसारखा जलद पोहत होता. शेपटीच्या एकेका फटकाऱ्यासरशी त्याची पावलं समुद्राच्या पृष्ठभागावर उमटत होती. या पाऊलखुणा अगदी जवळजवळ पडत होत्या.

बाळमाशाची पाण्याची पकड एकदम घट्ट होती. त्याचा वेग वाढल्यावर प्रतिरोधही वाढला होता. पोहण्याच्या वाढत्या वेगाबरोबर त्याची पकडही घट्ट होत होती. तो बाणासारखा सरळ रेषेत निघाला होता.

अचानक त्यानं पाण्याबाहेर उडी घेतली. त्याचं शरीर म्हणजे जणू एक झांज, समुद्राचं पाणी म्हणजे दुसरी झांज. झांजेवर झांज आपटली.

तो मुद्दाम कोन साधून जोरात पाण्यावर आपटला. सगळ्यांत जोरात आवाज होईल, जोरात पाणी उडेल अशा बेतानं. एवढा मोठा तोफगोळा मी प्रथमच पाहत होते.

आपल्या त्वचेवरच्या समुद्री उवा, कीड काढून टाकण्यासाठी राखाडी देवमासे अशी आपटी घेतात. तसेच ते इतर देवमाशांशी संपर्क साधण्यासाठीही असं करतात. त्या भागातून जाणाऱ्या इतर देवमाशांशी संपर्क करण्यासाठीच हा असं करत असेल, अशी मला आशा होती.

तो जरासा थांबला. धावपट्टीवरून विमान जावं तसा वेगानं जात तो पाण्याबाहेर उंच उडाला. या वेळी तो समुद्राच्या पाण्याच्या वर पाच फूट उंच होता आणि तो जेव्हा पाण्यात पडला तो धक्का मलादेखील जाणवला.

दोन मिनिटं थांबून त्यानं जरा दम घेऊन सहा फूट उंच उसळलेलं पाणी घेऊन तो परत निघाला. या वेळी वेग जास्त होता. या वेळी त्यानं उंच झेप घेतली. हवेत आपली स्थिती नीट केली आणि दहा फूट

उंचीवरून पाण्यात कोसळला. या वेळचा पाण्याचा फवारा बारा फूट उंच उडाला. लांब उडीचं जलऑलिंपिक असतं ना, तर या स्वारीला नक्कीच सुवर्णपदक मिळालं असतं.

मी त्याची वाट पाहत थांबले. आणखी किती वेळ मी थांबू शकले असते कोण जाणे. मी गारठले होते, थकले होते. कदाचित तो उत्तरेकडे जाणाऱ्या देवमाशांच्या वाटेनं जाणाऱ्या, इतर देवमाशांशी खाली जाऊन काही बोलत असेल. कदाचित त्यांनी त्याचे आपटाआपटीचे आवाज ऐकले असतील. कदाचित, त्यांना त्याची आई कुठे आहे हे माहीत असेल किंवा बाळमाशाला कुठे शोधायचं हे ते तिला सांगणार असतील.

ते काहीही असलं, तरी मला एकच गोष्ट कळत होती, की मी भयानक दमले होते आणि मला ताबडतोब किनाऱ्यावर जायला हवं होतं. बाळमाशाच्या शेपटीचं टोक कुठं दिसतं का हे पाहायला मी डोळ्यांना ताण दिला. चेहऱ्यावरून गॉगल्स काढून मी ते डोक्यावर चढवले. गॉगल्सची रबरी कड डोळ्यांच्या खोबणीवर आणि कपाळावर जिथे दाबली जात होती, तिथल्या हुळहुळ्या झालेल्या त्वचेवरून मी हात फिरवला. खाऱ्या पाण्याने माझ्या डोळ्यांची आग होत होती. सारखी उंच करून ठेवल्यामुळे मानही दुखत होती. मी रडकुंडीला आले होते. मी घड्याळाकडे पाहिलं. नऊ वाजत आले होते. बाळमासा जाऊन दहा मिनिटं झाली होती. आता आपण घरी निघायला हवं. नाहीतर आई-बाबा काळजी करतील हे मला समजत होतं.

मी पावलांची वर्तुळाकार हालचाल करायला सुरुवात केली. रवीनं घुसळल्या-सारखी. आधी एक पाऊल दुसऱ्या पावलाच्या दिशेनं गोल फिरवायचं. मग दुसरं पहिल्याच्या दिशेनं. मी ही हालचाल वेगानं करायला सुरुवात केली. या हालचालीमुळे मी पाण्यावर दोन-तीन फूट उचलले गेले असते. आणि एकंदरीत काही चाललं आहे का हे मला बघता आलं असतं. हे फारच कष्टाचं काम होतं. मला धाप लागत होती. म्हणून मग मी घुसळण्याचं काम आलटून पालटून भरभर आणि सावकाश करायचं ठरवलं. सावकाश घुसळताना विश्रांती घ्यायची आणि भरभर घुसळताना काम करायचं. असं करत मी सर्व दिशांना नजर टाकण्यासठी एक चक्कर मारली. बाळमाशाला मी शेवटचं पाहिलं त्याला बारा मिनिटं होऊन गेली होती.

पुन्हा गॉगल्स डोळ्यांवर चढवून आणि डोकं पाण्यात घालून मी पायांनी सावकाश छोटी वर्तुळं काढायला सुरुवात केली.

त्याला आई सापडली का? की गेला निघून? जावं का एकट्यानंच किनाऱ्यावर?

दहा मिनिटांपूर्वी होता, त्यापेक्षा किनारा आता जास्त दूर गेला होता. ओहोटीच्या लाटा मला तेलाच्या पलीकडे ढकलत होत्या. दूरवर कॅटलिना बेटावरची पर्वतशिखरं स्वच्छ दिसत होती. आपण यापूर्वी तिथपर्यंत गेलेलो आहोत, अशी मी स्वतःला आठवण करून दिली. पण त्याचा काही उपयोग नव्हता. आता अगदी धीर निघत नव्हता.

थांबणार तरी किती वेळ?

मी स्वतःला पाच मिनिटं थांबायला सांगितलं. पाच मिनिटं संपल्यावर मी स्वतःला तोच प्रश्न पुन्हा विचारला, मी अजून किती वेळ थांबायचं?

मला उत्तर मिळालं. जेवढा वेळ थांबणं आवश्यक आहे, तेवढा वेळ. काही करण्याइतकंच थांबणं हेही महत्त्वाचं असतं. जसं तुम्ही सराव करता आणि मध्ये विश्रांती घेता. एखाद्या वस्तूचं चित्र आणि त्या चित्रातील अवकाश, वाचन आणि त्याबद्दलचं मनन, लिहिलेले शब्द किंवा बोललेले शब्द आणि शब्दावाचून सोडून दिलेलं काही. पानावरची विचारांच्या मधली मोकळी जागा, जी कथा घडवते. स्वरांमध्ये येणारी शांतता, द्रुत आणि ठाय मधला काल, ज्यानं संगीत निर्माण होतं. हे आहे प्रेम, सहवासाचं आणि अवकाशाचं. पुन्हा एकत्र आणणारा हा विरहाचा ताण आहे. जरा थांब, जरा धीर धर. तो परतून येईल

पण सत्य परिस्थिती ही होती, की मी अधिकाधिक गारठत होते. अधिकाधिक दमत चालले होते आणि अधिकाधिक भुकेजत होते.

मी घड्याळ पाहिलं. तीन मिनिटं. मला ती तीस मिनिटांसारखी वाटली. माझे विचार नकारात्मक होऊ लागले होते.

आपले विचार बदलले, तर सत्यपरिस्थितीबद्दल आपल्याला जे वाटत आहे, ती भावना बदलेल हे मला माहीत हेतं. मला प्रचंड भूक लागली होती आणि माझ्या मनात फक्त अन्नाचेच विचार येत होते. मी मनाला मोकळं सोडलं आणि घरी गेल्यावर आपण कशाकशाचा समाचार घेऊ त्याची कल्पना करू लागले.

मला काय हवं असेल तर ते होतं कुरकुरीत, भाजलेलं बेगल आणि पीनट बटर किंवा जॅम; किंवा पापुद्रे सुटलेला गोडसर, ओशट क्रोइसां,

गरम दाट फ्रेंच कॉफी आणि दूध. गरम चॉकलेट पेयाचा भरलेला कप, त्यावर दूर दिसताहेत ना त्या बिग बेअर पर्वतासारखा फेटलेल्या क्रीमचा डोंगर. मी ते खाऊन त्यावर तरंगू शकते. मला हवं होतं संत्र्याच्या स्वादाच्या गरम चहानं भरलेलं एक भांडं आणि चॉकलेट-चिप-स्कोन. ते अगदी मस्त लागेल. किंवा त्याहून छान म्हणजे मऊ, लठ्ठ चॉकलेट केक. त्यावर चॉकलेट-बटर क्रीमचं आयसिंग किंवा गाजराचा केक, त्यात पीकॅन्स, अननस, खोबरं, लवंग-दालचिनी घालून केलेला किंवा गरम ॲपल स्ट्रूडलचा एक काप – यातलं काहीही चाललं असतं.

माझं पोट कण्हत, कुरकुरत, विव्हळत होतं. माझा काही इलाज चालत नव्हता. जो जो त्याबद्दल विचार करावा, तो तो अधिकच भूक लागत होती. माझ्या डोळ्यांसमोर पास्ताने भरलेली वाफाळती बशी आली आणि जाडजूड मरिनारा पिझ्झावर पार्मेसन चीजच्या बारीक तारा किंवा व्हाइट वाईन आणि गार्लिक सॉसमधली लिंगिनी, तऱ्हतऱ्हेची कालवं आणि कोळंबी यांनी शिगोशीग भरलेली बशी किंवा सामन. अहाहा! सामन मासा – टोचलेला, मुरवलेला, भाजलेला किंवा लोणी लावलेला न्यू इंग्लंड लॉब्स्टर किंवा वाफवलेले शिंपले. खरंच काहीही चाललं असतं. चाललं काय, पळलं असतं. एखादं बिस्किट, किंवा खास जाड रसीला भाजलेला न्यूयॉर्क स्टीक नावाचा मांसाचा तुकडा किंवा पालक आणि फिलेट मॅग्नॉन. मला यातलं काहीही आवडलं असतं. काहीतरी गरम आणि चमचमीत, जे मला आतून गरम करेल. थायी वांगं, भारतीय हिरवा रस्सा, हुना बीफ, सिंचुआनचे शिंपले किंवा सुकियाकीचा गरम वाफेचा वाडगा मला आवडला असता. मुएन्स्टर चीजवाला बर्गर मी खाल्ला असता किंवा मशरूम आणि किसलेलं चीज असलेला शिकागो नाहीतर न्यूयॉर्क पिझ्झा हाणला असता. मी खाण्यापिण्याच्या कल्पनेत रमले होते आणि माझी भूक जास्तच खवळत होती. मग मी बाळमाशाचा विचार केला. त्याने मला एकदम अपराधी वाटू लागलं. अपराधी भावना ही फार मोठी प्रेरक शक्ती असते याचा प्रत्यय मला आला होता. मी स्वत:ऐवजी त्याचा, माझ्या गरजांऐवजी त्याच्या गरजांचा विचार करू लागले.

बाळमासा भुकेने कासावीस झाला असेल. त्याची आईही. तिने तिच्या सबंध दक्षिणेकडच्या स्थलांतरात, बाळंतपणात किंवा उत्तरेकडे निघाल्यावर काहीसुद्धा खाल्लेलं नव्हतं. हे सारंच मोठं विलक्षण होतं.

कशी ती आपल्या तान्हुल्याला घेऊन उत्तरेकडे निघाली, कसं तिनं त्याला पाजलं, दूधच नव्हे तर स्वत:लाच ती बाळाला अर्पण करत होती. तो अंगाने भरत असताना ती मात्र बारीक होत असणार. ती सापडावी अशी मला आशा होती. कधीकधी नुसत्या आशावादालाही तसा काही अर्थ नसतो, पण निराशावादापेक्षा तो केव्हाही बरा.

वाऱ्याचा जोर कमी होत होता. समुद्र शांत होत होता. मोठमोठे रेशमी पाण्याचे पडदे आणि त्याला वाऱ्याच्या झुळकीनं पडलेली चुण्यांची किनार, महासागर फुलाच्या पाकळ्यांसारखा दिसत होता. उन्हाची दिशा बदलल्याबरोबर व्हॅन गॉगच्या 'आयरिसेस'च्या चित्रावरून तरगंल्यासारखं पाणी लखलखीत निळ्या जांभळ्या रंगाचं होऊन आणि चमकत्या पिवळ्या सोनेरी पांढऱ्या चमकीतून गेल्याचा भास होत होता.

पोटावर पडून एक श्वास घेऊन मी निळ्या जांभळ्या पाण्यात पाहिलं. जांभळ्या-शिवाय काहीच दिसेना, तेव्हा मी डोळे मिटले आणि कान दिला. किती आवाज होते तिथे. लॅंक्टॉन एकमेकांवर आपटल्यासारखे बारीक आवाज आणि वाढणाऱ्या कालवांचा आवाज.

बाळमासा जाऊन पंधरा मिनिटं झाली होती. पण मला पाण्यात उतरून साडेतीन तास झाले होते. आणि किनाऱ्यापेक्षा तेलाच्या विहिरीजवळ पाण्याचं तापमान तीन ते चार अंशांनी कमी हेतं. आणि मी जेव्हा तरंगत होते, तेव्हा व्यायामातून निर्माण होणारी उष्णताही निर्माण करत नव्हते. या थंडीचा परिणाम आता माझ्या स्नायूंवर होऊ लागला होता आणि मी शीत घाताच्या (hypothemia) जवळ चालले होते हे मला समजत होतं. थंड पाण्यामुळे जर माझ्या शरीराचं तापमान खूप खाली गेलं, तर त्यामुळे मी बेशुद्ध पडले असते किंवा मेलेही असते.

काहीतरी हालचाल करणं प्राप्त होतं.

मी स्वत:ला पुन्हा एकदा प्रयत्न करायला सांगितलं. पुन्हा एकदा पाण्यात जाऊन मी शक्य तितक्या मोठ्या आवाजात विचार करायला सुरुवात केली. 'प्लीज, बाळमाशा, मला असं सोडून जाऊ नको. प्लीज मला असं उघड्यावर टाकून जाऊ नको रे. आपण तुझ्या आईला शोधून काढू. कसं ते सांगता येणार नाही. पण आपण बरोबर राहिलो, तर काहीतरी शक्यता आहे. हो की नाही? बाळमाशा, प्लीज परत ये ना.'

■

.८.

ओहोटी मला चेचून टाकत होती. एका प्रचंड मोठ्या लवचीक दोरखंडाला बांधल्यागत माझी अवस्था झाली होती. मी थोडी पुढे जात होते आणि पुन्हा मागे खेचली जात होते. या ओहोटीला ओलांडून पुन्हा किनाऱ्यापर्यंत जायचं, तर मला साडेतीन तासांपूर्वी मी ज्या वेगाने पोहत होते, त्यापेक्षा वेगानं पोहणं भाग होतं. आपण एक छोटीशी होडी आहोत आणि आपले दोन हात म्हणजे दोन वल्ही आहेत, अशी कल्पना करून मी जोरात पाणी कापू लागले.

क्षितिजावर सॅन गॅब्रिएलचे पर्वत दिसत होते. ह्या पर्वतरांगेने लॉस एंजेलिसच्या खोलगट भागाला एक किनार दिली होती आणि त्याची क्षितिजावर एक महिरप तयार झाली होती. त्यांच्यावर बारीक शुभ्र बर्फ हलकेच भुरभुरलं होतं. या पर्वतराजीतला सर्वांत उंच बिग बेअर पर्वत किंचित उजवीकडे हेता.

पोहताना सरळ रेषा पकडता यावी म्हणून मी बिग बेअर पर्वताची खूण मनात धरली. वारंवार मागे वळून मी कॅटलिना बेटावरची शिखरं दृष्टिआड होताना पाहत होते. सान्ता कॅटलिना बेटापासून ते बिग बेअर पर्वतापर्यंत आपल्याला सरळ रेघ काढायची आहे, असं समजून मी पोहायला सुरुवात केली, म्हणजे मी बऱ्यापैकी सरळ रेषेत राहिले असते.

आता वीस मिनिटं पोहायचं असं स्वत:ला बजावून मी सुटले. नंतर मी मान वर केली.

मी काही फारशी प्रगती केली नव्हती. धक्का अजून मैलभर अंतरावर होता. हाताच्या अंतरावर असलेला लांब देठाचा गुलाबच जणू!

समुद्राचं नितळ चंदेरी निळसर रूप चुरगळून आता गडद निळं-पांढरं झालं होतं.

दूरवर जोराचं वारं वाहात होतं आणि समुद्र जास्तच खवळत होता. पोहत पोहत चढण चढावी तसं वाटत होतं. आणि आता खरोखरीच सावधानतेने विंडसर्फर्स आणि होड्यांकडे लक्ष द्यायला हवं होतं. मी नीट लक्ष दिलं नाही, तर सहज कुणीतरी माझ्या अंगावरून जाऊन माझ्या डोक्याला खोक पाडली असती.

वारा वीस नॉटच्या वेगाने पिसाटला होता आणि लाटांना उसळवत होता. लाटा माझ्या तोंडावर आपटत होत्या. श्वास घेणं कठीण झालं होतं आणि समोरचं जेमतेम फुटावरचं दिसत होतं.

'बाळमाशा, तुला माझं बोलणं ऐकू येत असेल अशी मला आशा आहे. प्लीज परत येऊन माझ्याबरोबर पोहत चल. मला तुझी गरज आहे.'

बाळमासा परत आला!

तो माझ्याशेजारी वरती आला. मॅरेथॉन शर्यतीचा शेवटचा शंभर यार्डचा टप्पा संपवून आलेल्या धावपटूसारखा तो माझ्याशेजारी कलंडला. जोरात धाप लागल्यासारखा तो जोरजोरात पूफ् पूफ् करत होता. जशी त्याच्या फुप्फुसात हवा भरत होत, आणखी ओढली जात होती, तसतसं त्याचं शरीर वरखाली होत होतं. खूप खूप खोल सूर मारण्याच्या अनुभवातून त्याचं शरीर अजून सावरत होतं.

"बाळमाशा, तुला पाहून मला किती आनंद झाला आहे. तुला काहीतरी झालं असेल म्हणून मी फार घाबरले होते. पण तू आता परत आला आहेस. माझ्या छोट्याशा मित्रा, बरं झालं तू परत आलास." तो परत आल्याचा मला फारच आनंद झाला होता.

बाळमासा डोकं पाण्यावर ठेवून पोहत होता. त्याच्या आत-बाहेर होणाऱ्या श्वासाबरोबर त्याच्या डोक्यावरची दोन भोकं उघडत मिटत होती. त्याचे पर हलकेच हलत होते. त्यानं माझ्याकडं पाहून किलबिल केली आणि तोंडानं आवाज काढले.

"मला काय सांगायचं आहे तुला, छोट्याशा देवमाशा?"

त्याने पुन्हा माझ्याशी बोलायचा प्रयत्न केला. या वेळी त्यानं गुरगुर केली. तसाच गुरगुरण्याचा आवाज पुन्हा केला आणि तो माझ्यापासून दूर वळला.

एक क्षणभर माझं मन निराशेच्या गर्तेत ढकललं गेलं. तो पुन्हा पोहत दूर जाणार असं मला वाटलं.

"नको जाऊ बाळमाशा. आपण शोधू तुझ्या आईला, धीर धर. कधीकधी मनात केवळ विश्वास असावा लागतो. कधीकधी केवळ विश्वासाच्या बळावर तुम्ही हव्या त्या जागी पोहोचता, तर कधी लक्ष्याच्या जवळ जाता आणि मग तुम्हाला दुसरा मार्ग सापडतो."

बाळमासा कुशीवर पडला होता. तो दमलेला दिसत होता. त्याच्या मोठ्या थोरल्या मस्तकावरून लाटा ओघळत होत्या. तो माझ्याकडे पाहत होता आणि पाण्यात कानोसा घेत होता.

तो काय ऐकतो आहे हे ऐकण्यासाठी मी माझा कान वाकडा करून पाण्यात घातला. मी लक्ष दिलं आणि जे ऐकलं, ते यापूर्वी कधीही ऐकलेलं नव्हतं.

सगळ्यांत मोठ्या आवाजात लावलेल्या शंभर ध्वनिवर्धकांमधून शंभर चिमण्यांचे उंच स्वरातील गाणं मला ऐकू आलं.

"हा आवाज कसला?" मी विचारलं.

मी त्याच्यापासून अगदी दोन फुटांवर जाऊन पोहू लागले. तो कशाचीतरी वाट पाहत असल्यासारखा दिसत होता.

आमच्या मागून एक शिट्टी ऐकू आली. बाळमाशाने आपलं राखाडी डोकं उचललं आणि तो पाणी कापू लागला. माझी दृष्टी त्याच्यामागून फिरली. आदि-अंत नसलेल्या लाटांची भेंडोळी उलगडत होती. मैलोगणती पसलेलं अनंत, अखंड हालचाल करणारं पाणी.

पण अचानक मला पाणी कापणारा, वीस नॉटच्या वेगानं येणारा, पाठीवरचा एक पर दिसला. मग दुसरा दिसला, आणखी एक दिसला. एका क्षणात आणखी तीन पर आले. मग पंचवीस, तीस, चाळीस, पन्नास, साठ, सत्तर, ऐंशी, नव्वद, एकशे दहा, एकशे वीस, तीस, चाळीस, साठ, सत्तर, एकशे ऐंशी. दोनशे वीस डॉल्फिन होते. लाँग बीचच्या दिशेने वेगाने निघालेला गडद राखाडी रंगाच्या वरखाली होणाऱ्या परांचा एक समुद्रच होता तो.

त्यांचे पर पाठीच्या मध्यभागी होते. काळ्यापासून हलक्या राखाडी रंगापर्यंत त्यांच्या रंगात विविधता होती. सर्वांना काळी किनार होती. डॉल्फिन साधारण साडेसात ते साडेआठ फूट लांब होते. त्यांच्या सुरेख दंडगोल शरीराच्या बाजूला वाळूच्या घड्याळासारखी नक्षी होती आणि त्यांना लांब मृदू चोची होत्या. त्यांच्या चोचीपासून डोक्यावर जाणाऱ्या

जाड रेषा होत्या, तशाच जबड्यापासून कल्ल्यांपर्यंत जाणाऱ्या होत्या. जणू त्यांच्या सुंदर सुडौल शरीराचा घाट अधोरेखित करण्यासाठी निसर्गानेच या उठावाच्या रेषा काढल्या होत्या. हे नेहमीचे डॉल्फिन आहेत हे कळायला मला काही मिनिटं लागली.

काय पट्टीचे पोहणारे होते ते. डौलदार, ताकदवान, ऊर्जेने ओतप्रोत. अत्यंत कुशलतेने पाण्यात ते डॉल्फिनगिरी करत होते. आणि किती चपळ होते ते. शरीराची सूक्ष्म हालचाल आणि शेपट्या-कल्ल्यांचे काही झटपट फलकारे, एवढ्यावर ते क्षणार्धात डावीकडे किंवा उजवीकडे सुळकांडी मारत होते. सायकलपटूंसारखे ते एकमेकांना झुकांड्या देत होते. सगळ्यांत पुढच्या फळीतल्या डॉल्फिनला सर्वांत जास्त कष्ट पडत होते. त्यांना पाण्याच्या विरोधाला तोंड देऊन पुढे जायचं होतं. मागचे डॉल्फिन पुढच्यांना झुकांड्या देऊन त्यांच्यापुढे जात होते आणि त्यांना पुन्हा पुढे जाण्यापूर्वी विश्रांती मिळत होती.

मोठ्या आवाजात, विलक्षण उत्साहात त्यांच्या शिट्ट्या-किंकाळ्या चालू होत्या. पाण्याचा अटकाव कमीत कमी होईल अशा रितीनं चोचीपासून शेपटीपर्यंत सर्वांगानं ते पोहत होते. उंच उत्तेजित स्वरात त्यांची बडबड चालू होती. उल्हासानं खिदळल्यासारखा त्यांचा आवाज येत होता. हे हसणं अगदी शेपटापासून उचंबळून येत होतं.

मी श्वास घेऊन डोकं पाण्यात घातलं.

पक्ष्याच्या गाण्यासारखंच होतं ते. नर पक्ष्यानं एखादा स्वर लावावा, पुन्हा तोच आळवावा, मग सुरांची वरखाली आवर्तनं घेता घेता त्याचं गाणंच व्हावं. दुसऱ्या नरानं या गाण्यात सामील व्हावं. पहिल्याच्या वर आवाज काढून गावं तसं काहीसं. अनेक आवाज त्यात मिसळले. शिट्ट्या, किंकाळ्या, खर्जातले स्वर आणि टकटक. डॉल्फिनची जणू मैफल रंगली होती. तो पाणस्तंभ या स्वरवेलीनं वेढून गेला होता.

गाणं संपलं. मला वाटलं कार्यक्रम संपला, पण तो तर नुकताच सुरू झाला होता.

दोन डॉल्फिननी पाण्याबाहेर दोन-तीन फूट उंच उडी मारली. हवेत कमान केली. आकाशात कमान तशीच पक्की ठेवून चोच पाण्याकडे रोखली. पाण्याला लहानसं छिद्र पाडून ते असे सरळ पाण्यात घुसले, की ऑलिंपिक सूरपटूसुद्धा जळावेत.

पाठोपाठ आणखी पाच डॉल्फिननी संपूर्ण एका तालात कसरत केली. पाण्याखाली गाण्याचं रूपांतर बडबडीत झालं होतं. आणखी उत्तेजित आवाज मिसळले होते. खेळाडू किंवा व्यावसायिक संघ एखाद्या क्रीडाप्रकाराची तयारी करताना एकमेकाला निरोप सांगतात, तसे त्यांचे आवाज येत होते.

अर्धं मिनिट सारं शांत होतं. प्रत्येकानं आपापल्या जागा घेतल्या. एक खड्या सुरातील तान घुमली आणि बारा की तेरा डॉल्फिनच्या गटानं एकाचवेळी पाण्याबाहेर झेप घेतली. पाठोपाठ आणखी एक आधीपेक्षा मोठा गट. आणि मग त्याला झाकून टाकणारा आणखी मोठा तिसरा गट. डॉल्फिनचे आणखी गट येत होते. त्या सरत्या निळ्या, पांढऱ्या, चंदेरी रंगाची आतषबाजी चालू होती.

हा मला वाटलं कार्यक्रमाचा परमोच्च बिंदू होता. पण नाही, आत्ता कुठं डॉल्फिन आपलं शरीर जरा मोकळं करीत होते. पर-शेपट्या ताणून जरा ताजंतवानं होत होते.

आता डॉल्फिन अधिक कल्पक, मजेदार, बोलके आणि बिनधास्त झाले होते. ते पाण्यातून धावत येत होते. डोकं पुढं येईल अशी वेगवान अर्धवर्तुळं घेत होते. आणि बेफाम धाडसी गिरक्या घेत होते. बाजूला बसून बघणारी त्यांची डॉल्फिन दोस्तमंडळी वेड्यासारखी खिदळत होती. मला चक्क ऐकायला येत होतं. मग त्यांचे विदूषकी चाळे सुरू झाले.

एकमेकांच्या मागे लागलेल्या दोन डॉल्फिननी सुरुवात केली. मग एक पाण्याबाहेर झेपावला आणि त्यानं शेपटीवर उभं राहून पाण्यावर चालायला सुरुवात केली. पाण्यावर सरळ उभं राहून तो पाण्यावर सरसरत होता. क्षणार्धात दुसरा डॉल्फिनही आला. त्याला काही पहिल्याइतका वेळ शेपटावर चालणं जमलं नाही, पण आपण मुद्दामच पडलो असं दाखवत आपल्या मित्राच्या अंगावर धाडकन पडला.

पहिल्या डॉल्फिननं अनेक आवाज काढून दुसऱ्याला चिडवलं. दुसराही मग सरसावला. ते एकमेकांवर आपटले. पुन्हा जोरात आपटले. मग किंचाळून बडबडून एकमेकांशी त्यांनी शर्यत लावली. धारदार ब्लेडनं कॅनव्हास कापावा तसं त्याचे पर पाणी कापताना दिसत होते. त्यांनी शेजारीशेजारी उड्या घेतल्या आणि पुन्हा पहिलाच जिंकला. पाण्याखाली त्यांचे चेकाळल्याचे आवाज येत होते.

आणखी सात डॉल्फिन रिंगणात आले. थोडा वेळ शेपटावर चालून झाल्यावर त्यांनी खेळ बदलला. त्यांनी कोलांट्या उड्या मारायला सुरुवात केली. वेग वाढवत ते जोरात पाण्यातून गेले. तोपर्यंत आपल्या संधीची वाट बघणारे डॉल्फिन बडबडत होते आणि उत्साही प्रेक्षकांसारखे आरोळ्या ठोकत होते. डॉल्फिन हवेत आले. डोकं मागे, शेपटी डोक्यावर फेकली आणि पाठीवर पाण्यात पडले किंवा पाण्याला स्पर्श करण्यापूर्वी त्यांची हवेत एक कोलांटी उडी जवळजवळ पूर्ण झाली होती. पाण्यात शिरताना त्यांनी आनंदानं आरोळ्या ठोकल्या.

तेव्हा मला माझ्या खाली काहीतरी हालचाल जाणवली. एक डॉल्फिन केवळ तीन फुटांवर खाली पोहत होता. त्यानं पाठीवर पडून एकदा माझ्याकडं पाहून घेतलं. मग सरळ झाला. मग एकदम वळून आणखी चार डॉल्फिन्सना घेऊन पुन्हा त्यानं एक चक्कर मारली. ते टकटक आवाज करत होते. शिट्ट्या वाजवत होते. मोठ्या आवाजात बडबडत होत.

ते अगदी माझ्याखाली पोहत होते आणि मला जाऊन त्यांना हात लावून यावंसं वाटत होतं. मग आणखी डॉल्फिन सामील झाले. मध्ये एक-एक फुटाचं अंतर सोडून ते एकाखाली एक असे तीन-तीनच्या गटात पोहत होते. जणू एकमेकांना दिशा सांगावी, तसं त्यांचं आपसात मोठ्या आवाजात बोलणं चालू होतं. दोन डॉल्फिन्सनी एकमेकाला खेटून झटक्यात पलटी मारली. त्यांच्या पाठीवरच्या वाळूच्या घड्याळाचं चित्र झर्रकन फिरलं.

वेळ पळत होता. माझं वेळेचं भान सुटलं होतं.

बाळमासा कुठं होता?

मी चटकन मान फिरवली. बाळमासा माझ्यापासून दहाच फुटांवर होता आणि तोही हा कार्यक्रम पाहात होता.

आम्ही डॉल्फिन्सचं नृत्य जवळजवळ पाच मिनिटं बघत होतो. मग ते अदृश्य झाले आणि बाळमासा जवळ आला.

तपकिरी पाणकोळ्यांचा ताफा पाण्यावर गस्त घालीत गेला. ते आमच्यापासून पन्नास यार्डांवर होते. सहा फुटी पंख पसरून एखाद्या मिनी ग्लायडरसारखं ते निळ्या जांभळ्या पाण्यापासून सहा इंचांवर

एकेरी माळेत तरंगत होते. त्यांच्या म्होरक्याने पंखांची वेगानं फडफड करायला सुरुवात केली. त्यांच्या पंखांची टोकं हवा पकडणाऱ्या बोटांसारखी दिसत होती, तर पंखांची पाती हवेला जोरात ढकलून उंची मिळवत होती.

पाणकोळी एकदम सरळ रेषेत उंच उडाला, जणू खडा कातळ चढून जाणारा गिर्यारोहकच. आठ पाणकोळ्यांनी त्याचं अनुकरण केलं. ते जेव्हा पाण्यापासून वीस फूट उंचीवर पोहोचले, तेव्हा त्यांच्या म्होरक्यानं आपली मान छातीत खुपसली, त्याच्या जड चोचीमुळं आणि त्याला जोडलेल्या पिशवीमुळे तो वेगानं खाली आला.

अगदी शेवटच्या क्षणी त्यानं चोच उघडली आणि पंख मिटले. जोरात पाणी उडवत तो पाण्यात पोहोचला. त्याचा पिवळा तुरा पाण्याखाली दिसेनासा झाला आणि मग तो अर्धा डझन अँकोव्ही पिशवीत भरून वरती आला. त्यानं पाणी काढून टाकलं. मान वर केली आणि ते मासे सबंधच गिळून टाकले. त्याच्या अनुयायांनीही असंच पिशव्या भरून अँकोव्ही मटकावले. कुठूनसे समुद्रपक्षी अवतीर्ण झाले. जोरात आरडाओरडा करत आणि तोफगोळ्यांसारखे पाणकोळ्यांवर हल्ला करत त्यांचे मासे पळवायचा प्रयत्न करू लागले. पाणकोळ्यांनी मासे टाकून द्यावेत म्हणून त्यांनी त्यांना घाबरवूनही पाहिलं. त्यांचा अगदी पाणकोळ्यांच्या थेट चोचीतून-पिशवीतूनच मासे पळवायचा प्रयत्न चालला होता.

पक्ष्यांनी न्याहारीच्या वेळेची आठवण करून दिली. आम्ही जिथे तरंगत होतो, तिथून बाळमाशाला आणि मला अँकोव्हीचा एक प्रचंड थवा दिसत होता. त्यांची इवलीशी चंदेरी, सोनेरी शरीरं पिवळ्या सूर्यप्रकाशात चमकत होती. आणि त्यांचे लहानलहान थवे समुद्रात अर्ध्या मैलापर्यंत पसरले होते.

डॉल्फिन पुन्हा आले. तीन गटात विभागले गेले. काही उजवीकडे तर काही डावीकडे गेले. आणि मागून वर आले. त्यांनी एकत्र मिळून माशांना वेढा दिला आणि हाकलत त्यांचा एक लहान गठ्ठा केला. काहींनी न्याहारी केली. काही नुसतेच खेळत राहिले. मी आनंदानं आणि अचंब्यानं पाहत राहिले. ते इतकं जिवंत, रसरशीत आणि सामूहिक मैत्रीपूर्ण होतं आणि सगळ्यांत जास्त म्हणजे एकूण त्या डॉल्फिन्सना

फक्त मजा करायची होती. त्यांनी माझ्या चेहऱ्यावर हसू आणलं आणि मला डॉल्फिन्सशी झालेल्या पहिल्या भेटीची आठवण झाली.

एकदा मी एका मित्राबरोबर सील बीचच्या दक्षिणेला एका किनाऱ्यावर सराव करत होते. आम्ही सर्फसाइडपासून थोडे बाजूला होतो. दोन नेहमीचे डॉल्फिन त्याच्या पाठीमागून पोहत होते.

ते आपल्या बाजूनं पोहत आहेत याची त्याला कल्पना नव्हती. मी एका लाटेवरून नुकतीच किनाऱ्यावर आले होते आणि पुन्हा पाण्याकडे निघाले होते. जेव्हा मी त्याला पाहिलं, तेव्हा तो लाटेच्या शिखरावर फेसावर आरूढ झालेला होता. पारदर्शी हिरव्या लाटेत दोन डॉल्फिन होते, माझ्या मित्राच्या एकेका बाजूला. त्या हिरवट लाटेत त्यांचे चंद्राकृती आकार अधिक गडद शेवाळी हिरवे दिसत होते आणि लाटेने त्यांना वर उचलल्यावर त्यांचा आकार नजरेत भरला. ते प्रचंड होते. आठ फूट तरी लांब असतील आणि निदान अडीचशे पौंडांचे. प्रत्येक डॉल्फिन माझ्या मित्रापासून अक्षरश: हाताच्या अंतरावर होता. आपण काय करतोय हे त्यांना नेमकं ठाऊक होतं. त्या लाटेतून त्यांच्या चेहऱ्यावरचं मिस्कील हसूसुद्धा मला जाणवलं.

मित्राला त्यांचं अस्तित्व जाणवलं असावं. त्यानं काय ते पाहण्यासाठी डाव्या खांद्यावरून नजर टाकली आणि तो प्रचंड राखाडी आकार पाहून दचकलाच. आणि उजव्या खांद्यावरून नजर टाकल्यावर तर तो सटपटलाच. तो डोक्यावर हवेत हात मारत राहिला. तो जणू हवेतून पोहत जाण्याची धडपड करत होता, काहीतरी करून त्या लाटेतून बाहेर येऊन किनाऱ्यावर येण्यासाठी. मला इतकं हसू लोटलं की माझ्या डोळ्यांतून पाणी येऊ लागलं.

लाट फुटून किनाऱ्यावर फेकलं जाण्यापूर्वीच त्या डॉल्फिननी लाटेमधून सूर मारला. पण माझा मित्र शुभ्र फेसात अजूनही शक्य तितक्या जोरात हात मारत होता. त्याने गॉगल्स ओढून काढले. वळून मागे पाहिलं आणि मग त्याला डॉल्फिन्स दिसले. आणखी तीन तिथे आले होते. ते पुढच्या लाटेवर स्वार झाले होते. त्यानं मान हलवली. आम्ही प्रचंड हसलो आणि लगेचच त्यांच्याशी खेळायला गेलो.

बाळमासा डॉल्फिन्सचं बारीक निरीक्षण करत होता आणि त्यांचं

बोलणं लक्षपूर्वक ऐकत होता. तो त्याचे स्वत:चे आवाज काढत होता. पाच-सहा डॉल्फिन्सचा एक घोळका आमच्यापासून दहा फुटांवर आला. ते थेट आमच्याकडे पाहात होते. आम्ही एकमेकांना डोळ्यांत भरून घेतलं. मला हसू आलं. त्यांना इतक्या जवळून पाहणं, त्यांच्या शेपटीच्या पराचा फटकारा पाहणं, किती मजेदार होतं. त्यांच्या हालचालींनी निर्माण झालेली शक्ती आणि पाण्याचा माझ्या पायांवर पडणारा दाब, बाळमाशालाही तो जाणवला. तो माझ्याजवळ थांबला.

उत्सुकतेनं डॉल्फिन आणखी थोडे जवळ आले. ते आणखी मोठ्या आवाजात, आणखी उंच स्वरात बोलू-किंचाळू लागले. त्यांचे आवाज अधिक उत्तेजित झाले होते. बाळमाशाने सावकाश क्लिक् आवाज केला, पण त्यानं खर्जातली गुरगुर केली आणि मग कानशीनं घासल्यासारखा कर्कश आवाज काढला. त्यांचे आवाज एकमेकांपेक्षा अगदी वेगळे होते. जणू दोन वेगळ्या देशांमधून ते आले होते. पण असं वाटत होतं, की डॉल्फिन पाण्याखाली काहीतरी ऐकत होते आणि बाळमाशाला परत येऊन ते सांगत होते. कदाचित ते ध्वनी म्हणजे त्याच्यासाठी परकी भाषा असेल, पण त्याला भावना कळत होत्या किंवा ध्वनीकंपनं जाणवत होती. काहीतरी पद्धतीनं त्यांच्यात संदेशवहन चालू होतं आणि बाळमासा त्यांचं ऐकून उत्तरादाखल आवाज काढत होता. मग डॉल्फिन वळून उत्तरेकडे निघालेल्या त्यांच्या जथ्यात मिसळून गेले.

तेव्हा बाळमासा त्यांच्या दिशेनं गेला. पाण्यातील त्याची हालचाल म्हणजे त्याच्या शरीरानं पोहताना निर्माण केलेली लाटच वाटायची, एवढा तो शक्तिशाली आणि जलद होता. तो अतिउत्तम होता. त्या डॉल्फिनपैकी कुणाहीपेक्षा देखणा. तो मवाळ आणि प्रेमळ होता, किती सहज विश्वास टाकत होता आणि किती गोड होता. माझ्यासाठी तर तो खासच होता, त्यालाही ते समजत होतं.

तो पुन्हा पोहत माझ्याजवळ आला. हे देवमाशाचं इवलंसं पिल्लू किती विश्वासानं माझ्याजवळ मदतीसाठी आलं. हे सारं किती किती विलक्षण आहे, हे पुन्हा एकदा मला जाणवल्यावाचून राहिलं नाही.

तो वळून तेलाच्या विहिरीच्या दिशेनं निघाला. मागोमाग मी. आणि पुन्हा तिकडे का निघाला होता हे मला नीटसं कळत नव्हतं. त्याला

काहीतरी झालं होतं, की पुन्हा परत नव्यानं तिकडं जावं असं त्याला जाणवण्यासारखं काही घडलं होतं?

त्याच्या शेपटीच्या हालचाली संथ आणि सुरेख होत्या. मला जर अशी शेपूट असती, तर मीही त्याच्यासारखीच पोहले असते या विचारानं माझ्या चेहऱ्यावर हसू उमटलं.

पॅसिफिकमधल्या पांढऱ्या कडांच्या डॉल्फिन्सची एक लहानशी झुंड आमच्या-पासून पंचवीस यार्डांवरून गेली. त्यांच्यातले दोघंजण निरीक्षण करायला आमच्या-जवळ पाच फुटांवर आले आणि पुन्हा झुंडीत मिसळले. त्यांच्या झुंडीत वीस-एकजण होते. नेहमीच्या डॉल्फिन्सपेक्षा हे आकाराने थोडे लहान होते. त्यांच्या चोची आखूड होत्या, त्यांच्या चोचींसारखेच त्यांचे पर, कल्ले आणि शेपट्याही काळ्या होत्या.

कळप वळून आमच्याजवळून पोहू लागला. पाठीवरच्या मोठ्या परांमध्ये मला छोटे छोटे पर दिसले; ती डॉल्फिन्सची पिल्लं होती. अगदी काही महिन्यांचीच असावीत. अजूनही जगण्यासाठी आपल्या आईवर अवलंबून असावीत. मोठ्यांच्या पोहण्याच्या प्रवाहात ही पिल्लं पोहत होती. त्यांना आयतं वाहन मिळत होतं. मोठ्यांच्या मध्ये असल्यानं सर्व बाजूंनी शिकाऱ्यांपासून त्यांचं संरक्षण होत होतं.

दोन टेहळे आमच्या खालून पोहू लागले. ते कुशीवर वळले आणि त्यांच्या शरीराच्या बाजूंवर असलेले पांढरे पट्टे मला दिसले. ते थेट माझ्या डोळ्यांत पाहत होते. ते माझ्यात खोल आत पाहात आहेत असं मला वाटलं. मला वाटतं माझं त्यांच्याकडे पाहाणंही त्यांना जाणवलं असावं. ते ओरडले. आणखी काही आवाज मला ऐकू आले. मी बाळमाशाकडे पाहिलं. तो पाहत होता आणि ऐकत होता. बहुतेक मला त्याची शिट्टी ऐकू आली. यापूर्वी मी त्याची शिट्टी कधीच ऐकली नव्हती. तो त्यांच्याशी संभाषण करण्याचा प्रयत्न करीत होता का? कदाचित आपल्याला जमणार नाही हे त्याला कळलं नसेल किंवा कदाचित त्याला ते जमलंही असेल.

पॅसिफिकचे पांढऱ्या कडेचे डॉल्फिन पोहत दूर गेले. बाळमाशाला आईचा आवाज ऐकू आला होता, की त्याला तसा भास झाला होता?

म्हणून तो तेलाच्या विहिरीकडे निघाला होता. तिला शोधण्यासाठी? की तो तेलाच्या विहिरीच्या आवाजाने तिकडे आकर्षित झाला होता? की डॉल्फिन्समुळे? त्याला समजून घेण्यात मला जसं त्यानं गुंतवून घेतलं होतं, तसंच त्यानं डॉल्फिन्सच्याही बाबतीत केलं होतं का?

धक्क्यापर्यंत परत पोहत जाणं फार खडतर ठरणार होतं. तिथं पोहोचण्याचा दुसरा काही मार्ग नव्हता. वारा पंधरा नॉट्सच्या वेगानं रोरावत होता आणि समुद्रात पांढरी फुलं फुलत होती. लाटांमध्ये श्वास घ्यायलादेखील अवसर नव्हता. बाळमासा जवळच पोहत असल्याचं मला ऐकू येत होतं. त्याचे श्वास भराभर आणि लहान येत होते. तो दमला होता, भुकेला होता आणि कदाचित गारठलाही होता.

एक क्षणभर थांबून मी अंदाज घेतला. ओहोटी आमच्या विरुद्ध होती. प्रवाहाचा वेग साधारण पाऊण नॉट होता. हे काही फारसं मौजेचं नव्हतं. माझा वेग सहसा दोन ते अडीच नॉट ताशी एवढा असायचा. बाळमाशाचा निदान त्याच्या दुप्पट तरी होता. सावकाश पोहणाऱ्यांसाठी थांबावं लागलं, की मी कशी थंड पडायचे, तसंच बाळमाशाला होत असेल का, असा विचार माझ्या मनात आला. तो ठीक असावा अशी मला आशा होती. मी त्याच्याकडं पाहिलं. तो माझ्यापुढं पन्नास यार्डांवर होता. गडद निळ्या, करड्या पाण्यात त्याच्या शेपटीच्या पाऊलखुणा क्षणमात्र उमटत होत्या.

पाण्याच्या फुगवट्याचा आकार एक फुटावरून दोन फुटांवर वाढला होता. आपण पोटावर ट्रॅम्पोलिनचे टप्पे खातो आहोत असं मला वाटत होतं. लाटांचे फवारे माझ्या तोंडात जात होते आणि मी पाण्यानं गुदमरत होते.

बाळमासा माझ्यापर्यंत आला, एका इंचावर आणि त्यानं मला त्याला स्पर्श करू दिला, त्याची त्वचा स्पर्शाला रबरासारखी चिवट लागत होती. मशरूमसारखी आणि अजिबातच चिकचिकीत नव्हती. मी हात लावल्याबरोबर तो जरा हलला. मी वर जाऊन त्याच्या खळ्यांना हात लावला आणि माझा हात त्याच्या पोटाखाली नेला नि हसले. मी देवमाशाच्या पिल्लाला हातात धरलं होतं. त्याच्यातील जीवन मला जाणवत होतं. इवल्या ग्रुनिअन माशाला हातात घेतल्यावर वाटलं होतं, अगदी तसंच. फक्त बाळमाशातील प्राणशक्ती कितीतरी पट जास्त होती.

मला हात लावू देण्याइतका विश्वास त्यानं माझ्यावर टाकला होता. आमची दोन भिन्न विश्वं होती. दोन भिन्न अस्तित्वं, दोन भिन्न आयुष्यं आणि तरी आम्ही एकमेकाला समजू शकत होतो.

"सगळं काही ठीक होईल, बाळमाशा. काही काळजी करू नको. आपण यातून मार्ग काढू." मी त्याला वचन दिलं.

आम्ही शेजारी शेजारी पोहत किनाऱ्याकडे निघालो. मला एक नवी ऊर्जा मिळाल्यासारखं वाटत होतं. बाळमासाही अधिक आरामात पोहत होता. मी त्याच्या प्रवाहात जात होते. त्याच्या लांबसडक राखाडी शरीरावरून येणाऱ्या लहान लहान लाटांमधून जात होते. दूरवरून आमच्या दिशेने भर वेगात येणारी लाँगबीच जीवरक्षकांची बोट मला दिसली.

■

•९•

जीवरक्षक आमच्याबरोबर येऊ लागले. गडद तपकिरी केसांचा, त्यांच्यातला वयानं मोठा जीवरक्षक केबिनच्या बाहेर आला आणि म्हणाला, "तू किनाऱ्याकडे परत यायचं ठरवलंस हे चांगलं केलंस. आमचं तुझ्याकडे लक्ष होतं, पण अशा बदललेल्या हवेत आणि बोटींची रहदारी वाढल्यावर बोटीशिवाय इथं पोहणं धोक्याचं आहे."

बाळमाशाच्या आईचं काही चिन्हं मला दिसलं का, अशी त्यानं चौकशी केली. त्याच्याकडे एक चांगली बातमी होती. आमच्यापासून वीस-एक मैल उत्तरेला असलेल्या व्यावसायिक मासेमारी नौकेवरच्या एका कर्मचाऱ्याच्या नजरेनं पालोसवर्देस भूशिराजवळ पोहणारा पाच देवमाशांचा एक समूह टिपला होता. आपल्या माशाची आई त्यात असेल असं त्यांना वाटलं नव्हतं. पण या भागात इतर देवमासे असल्याची ही खूण होती. त्यामुळे आमची आशा पुन्हा पल्लवित झाली आणि आम्ही पुन्हा एकदा नव्यानं एकमेकांना स्फूर्ती देऊ शकलो.

स्टीव्ह अगदी तेच करीत होता. त्याचा आवाज जीवरक्षक नौकेवरच्या रेडिओतून ऐकू येत होता. आमच्यापासून अर्ध्या मैलावर दक्षिणेकडे हंटिंग्टन बंदराच्या प्रवेशापाशी गळ टाकून बसलेल्या एका मच्छिमाराशी तो अतिशय उत्तेजित स्वरात बोलत होता. त्या मच्छिमाराच्या मते त्याने पुलाखाली एक देवमासा फवारा उडवताना पाहिला होता.

त्याला निश्चित सांगता येत नव्हतं, कदाचित एखादा मोठा मासा पकडायला पाणकोळ्यानं पाण्यात बुडी मारताना फवारा उडवलेला असू शकत होता. देवमासे सहसा हंटिंग्टन बंदराच्या आत पोहत येत नाहीत.

पण ती बाळमाशाची आई असण्याचीही एक शक्यता होतीच. त्यामुळे आम्ही धक्क्यावरच्या 'मासेमारी खाद्य' दुकानाजवळ थांबायचा निर्णय घेतला. बाळमासा आमच्याबरोबर तिथे थांबेल अशी आम्हाला आशा होती.

नैर्ऋत्येकडून येणाऱ्या वाऱ्याचा जोर चढत होता आणि करड्या, निळ्या समुद्रात फूटभर उंचीच्या लाटा फुटत होत्या. आम्हाला लागणारा लाटांचा मार थोडा कमी व्हावा, म्हणून जीवरक्षक नौका आमच्या थोडी आणखी जवळ सरकली.

आम्ही धक्क्याजवळ पोहोचेपर्यंत मच्छिमारांचा गट आणि मुलांना घेऊन आलेले पालक कठड्यावरून ओणवून दक्षिणेकडे नजर लावून, काही फवारा किंवा काही हालचाल दिसते का ते निरखून पाहात होते. पण लाटांमुळे आणि चमकणाऱ्या पाण्यामुळे काही दिसणं मुष्कीलच होतं.

मासेमारीच्या दोन नौकाही आम्हाला येऊन मिळाल्या. कार्ल त्याच्या छोट्या मोटरबोटीतून पुढे आला. समुद्रात कुठे काही खूण दिसते का ते शोधत त्यांच्या सराईत नजरा पाण्यावरून फिरल्या.

पार्श्वभूमीवर लोक सारखे जहाजांवरच्या रेडिओवर एकमेकांशी बोलतच होते.

त्या सगळ्यांतून स्टीव्हचा स्वच्छ आवाज ऐकू आला, "एका मच्छिमाराला असं वाटत आहे, की त्यानं बंदराच्या तोंडाजवळ काहीतरी मोठं पोहताना पाहिलं आहे. ते आपल्याच दिशेनं येत आहे, असंही त्याला वाटत आहे."

एका क्षणात धक्क्यावरची सारी मंडळी डावीकडे धावली. दूरचं दिसावं म्हणून काहीजण कठड्यावर अगदी वाकून बघत होते. तर काहीजण शांतपणे पाणी निरखत, आमच्याकडे येणारी काही हालचाल दिसते का ते पाहात होते.

बाळमासा अस्वस्थ झाला होता. त्याच्या सारख्या पुढे मागे फेऱ्या चालू होत्या. त्याचा श्वासोच्छ्वास जलद चालला होता. आपले श्वास ऐकू जावे म्हणून त्याचे प्रयत्न चालले होते का? हवेत अर्ध्या मैलावर तरी आवाज पोहोचतो. कदाचित त्याला थंडी वाजत असेल, म्हणून अंगात ऊब येण्यासाठी तो पुढंमागं फेऱ्या घालत असेल. त्याच्या अंगातील चरबीचं प्रमाण माझ्यापेक्षा खूपच जास्त होतं आणि ती अधिक खोलवर होती. मला अगदी आतून थंडी वाजून येत होती. मी थंडीनं कापत होते. पण मला पाण्याबाहेर यायची भीती वाटत होती. मी जर तसं केलं असतं, तर त्याचा बाळमाशावर फार वाईट परिणाम झाला असता.

खुल्या समुद्रात पोहण्याचा माझा जो काही अनुभव आहे, त्यावरून

मला हे माहीत होतं, की आपल्या बरोबर कुणीतरी पोहत असणं हा खूप मोठा आधार असतो. कुणीतरी नुसतं सोबत असलं तरी मला बरं वाटतं. काही वेळेला मी मागे पडले तरी नुसत्या सोबतीमुळे मला पुढे जात राहण्याचा आत्मविश्वास मिळालेला आहे. सोबतीमुळे खरोखर जमीनअस्मानाचा फरक पडतो. बाळमाशाला वाटलं असतं, की मी त्याला एकट्याला सोडून दिलं आहे. म्हणून मी पाण्यातून बाहेर यायला तयार नव्हते. त्याची आई सापडण्यापूर्वीच तो निघून गेला असता.

त्याची अस्वस्थता पाहून, बाळमाशाच्या आईला शोधायला आपण दक्षिणेकडेच्या बांधापर्यंत जावं असं मी जीवरक्षकांना सुचवलं.

आम्ही आहोत तिथेच थांबणं बरं असं जीवरक्षकांचं मत पडलं. त्यांचं म्हणणं असं होतं, की जर आई देवमासा दक्षिणेकडल्या बांधाच्या जवळ असेल, तर ती बरोबर गेल्या वाटेनेच परत येईल. त्यांची जिथे चुकामूक झाली असं तिला वाटत असेल, त्याच ठिकाणी ती परत येई.

मी पाठीवर पडले आणि ऊब यावी म्हणून पायाने लाथा मारणं सुरू केलं. काहीही ऊब येत नव्हती. आणखी काय बरं करता येईल असा मी विचार करू लागले. मी पोटावर पडले आणि चुणीदार चंदेरी हिरव्या पाण्यात फिरणाऱ्या बाळमाशाला पाहू लागले, तो आधीपेक्षा संथ पोहत होता. तो अधिक वैतागलेला वाटत होता. त्याच्या हालचालीही वेड्यावाकड्या होत होत्या.

काहीतरी केलं पाहिजे, मी मनाशी म्हटलं, पण काय ते काही मला सुचत नव्हतं. नुसतं तिथं थांबून राहणं आणि त्याच्याकडे बघत बसणं, यानं काहीच साध्य होण्यासारखं नव्हतं. अर्थात नुसतं गोल गोल पोहत राहिल्यानंही काही साध्य झालं नसतंच. कदाचित मी खूप जोरात विचार केला, तर त्याच्या आईला ऐकू जाईल. कदाचित तिला माझे शब्द समजणार नाहीत, पण माझ्या विचारांच्या लहरी नक्कीच पोहोचतील तिच्यापर्यंत. कदाचित तिच्या ध्वनीयंत्रणेमार्फत तिला माझे विचार ऐकू जातील. मी तिला मारलेली हाक पाण्यातून तिच्यापर्यंत पोहोचेल कदाचित. हवेतून जातात त्यापेक्षा ध्वनिलहरी पाण्यातून अधिक वेगानं प्रवास करतात. कदाचित विचारांच्या लहरीही पाण्यातून अधिक वेगानं आणि अधिक लांबवर पोचू शकत असतील. प्लीज इकडे ये, इकडे, इथे. मी मनातल्या मनात जोरात ओरडले.

बाळमाशाचा श्वास जोरात चालला होता. काहीतरी घडण्याची वाट पाहात असल्यासारखा तो येरझरा घालत होता.

आणखी किती वेळ तो धीर धरील? आणखी किती वेळ तो आमच्याबरोबर थांबेल?

"प्लीज ऐक माझं, बाळमाशाची आई. जिथं कुठं असशील तिथं, हंटिंग्टन किनाऱ्याजवळच्या बांधाजवळ असलेली जर तूच असलीस, तर प्लीज पोहत इकडे ये. बाळमासा इथं आहे. तुझा मुलगा इथं आहे."

मी एक श्वास घेऊन डोकं पाण्यात घातलं. ती नाही सापडली, तर काय करायचं? त्याला तसंच सोडून तर देऊ शकत नाही. पण मी त्याला घरीही नेऊ शकत नाही. कोण काळजी घेईल त्याची? त्याला आईच्या दुधाची आवश्यकता आहे. दुसरं काय खाता येत असेल त्याला?

तो अगदी संथपणे किनाऱ्याच्या दिशेनं पोहत होता.

देवमाशांना थंडी भरून येते का? ते गारठतात का? थंडीनं त्यांचा मृत्यू होऊ शकतो का? तो थरथरून ऊब निर्माण करू शकतो का? कदाचित त्याची तब्येत बरी नसेल आणि आणखी खालावत असेल. कदाचित तो त्यांच्याबरोबर जाऊ शकत नसेल म्हणूनच मागे पडला असेल.

"प्लीज, पोहत या बाजूला ये. सील बीचकडे ये. धक्क्याकडे ये."

शक्य तितक्या जोरात मी विचार करीत होते. याचा कितपत उपयोग होता मला माहीत नाही. कुणाला माहीत होतं असं मला वाटत नाही. पण मी काहीतरी करून पाहायला हवंच होतं. कुणीतरी आपली काळजी करत आहे हे समजण्यासाठी शब्दच ऐकू यावे लागतात असं नाही. कुणीतरी आपल्यावर प्रेम करत आहे हे कळण्यासाठी शब्द ऐकू येण्याची गरज नसते. कुणीतरी तुमच्यावर विश्वास ठेवत आहे याची खात्री पटण्यासाठी शब्द ऐकू येण्याची आवश्यकता नसते. तुम्हाला ते जाणवतं, ते कळतं.

मी फक्त सर्व ताकदीनिशी विचार केला, तर तो तिला ऐकू जाण्याचा एक मार्ग असू शकत होता.

मला वाटतं, बाळमाशानं माझं ऐकलं असावं. त्याला बहुधा माझ्या भावना ऐकू आल्या आणि कळल्यासुद्धा. तो माझ्याशेजारी पृष्ठभागावर तरंगत राहिला. जणू आपण पुढे काय करायचं आहे हे मी सांगण्याची

वाट पाहिल्यासारखा.

मी माझे विचार प्रसृत केले. धीर धर, वाट पाहा. संपूर्ण चांगलं किंवा संपूर्ण वाईट असं काही नसतं. जशी समस्या, तसाच तिच्यावरचा उपायही. इथे विश्रांती घे. मी थांबते पाण्यात तुझ्याबरोबर. तुझं सगळं नीट होईल. मला माहीत आहे. मला जाणवतंय ते. सगळं काही सुरळीत होईल.

मान वाकडी करून मी वर पाहिलं, तर आणखी माणसं धक्क्यावर गोळा झाली होती. ते बघ तिकडे बाळमाशा, तुझ्यासाठी जमली आहेत सारी.

जणू त्याला सारं समजलं. त्यानं वरती पाहिलं. त्यांच्याकडे पाहून त्यानं हलकेच घशातला खर्ज स्वर काढला.

धक्क्यावर जमा झालेले लोक कठड्यावर रेलून समुद्राकडे झुकले होत.

त्याची आई प्रकट व्हावी अशी सगळ्यांची इच्छा होती. धक्क्यावरच्या लोकांची सारी शुभ स्पंदनं तिला जाणवावी, एवढीच मला आशा होती. त्या सगळ्यांना कशानंतरी खेचून आणलं होतं. कशामुळे तरी त्यांची मदत करण्याची इच्छा जागृत झाली होती.

माझ्या हृदयाचा वेग वाढला. काहीतरी बदललेलं मला जाणवलं. आणि तेवढ्यात मला धक्क्यावरून एका आईचा आवाज ऐकू आला. ती आपल्या मुलांना सांगत होती, की तिथला प्रत्येकजण आई देवमाशाच्या प्रतीक्षेत आहे. पिंगट केसांच्या आणि लालचुटुक शर्ट घातलेल्या आपल्या पाच वर्षांच्या धाकट्याला तिने फार कडेला न जाण्याबद्दल बजावलं. निळाशार शर्ट घातलेला त्याचा मोठा भाऊ आईच्या दुसऱ्या हाताला उभा होता.

लाल शर्टातील तो छोटा मुलगा आईच्या पाऊलभर पुढे जाऊन उभा राहिला. तो इतक्या कडेला आला होता, की मला वाटलं तो आता कठड्याखालून सटकणार आणि पडणार, पण तेवढ्यात त्याच्या भावाने त्याचा हात पकडला. त्याची दखलही न घेता तो छोटा भाऊ, उंच दुःखी स्वरात म्हणाला, "देवमाशाच्या बाळाची आई हरवली आहे का? ती कुठे गेली?"

"मला माहीत नाही." त्याचा भाऊ म्हणाला.

"ती का त्याला टाकून गेली?"

त्याचा दादा म्हणाला, "ती कुठे गेली हे काही माहीत नाही, पण तिला शोधूया तरी. कदाचित आपल्याला सापडेल ती."

"ठीक आहे." आपला चिमणा हात आईच्या हातात सरकवत धाकटा म्हणाला आणि आपल्या दादाबरोबर अतिशय गंभीरपणे महासागराकडे बघू लागला.

आणि ते घडलं.

आम्ही आशा केली, धडपडलो, श्रमलो, शिकलो, पुन्हा पुन्हा प्रयत्न केले आणि एका क्षणात ते सारं घडलं. आम्ही ज्याची अपेक्षा करीत होतो ते.

समुद्राचा पृष्ठभाग बदलत होता. पाण्याखालच्या प्रवाहाची खळबळीशी टक्कर होत होती. लाटा वाढत होत्या, पण एका सरळ रुंद रेषेत.

"ए, तिकडे बघ. मला दिसलं काहीतरी!" धाकटा अत्यानंदाने ओरडला.

हे घडायलाच हवं होतं.

"मला दिसली ती. मला त्याची आई दिसली." स्ट्रॉबेरीसारख्या लाल केसांची चिमुरडी आनंदाने किंचाळत होती.

त्या मुलीला काय दिसलं ते पाहण्यासाठी लोक कठड्यावर इतके वाकले, म्हटलं या लाकडी कठड्यांनी यांचा भार पेलला तर बरं.

मग कुणीतरी ओरडलं, "अरे, मला पण दिसली. ती बघ, तिकडे!"

लोक लांब माना काढून डोळ्यांवर हात धरून पाहत होते.

आणखी कुणीतरी ओरडलं, "हो रे! ती बघ."

"ए, तिने फवारा उडवला!" पाण्यातून दहा फूट उंचीचा फवारा हवेत उडाला.

लोक हसत होते, ओरडत होते, बोटं दाखवत होते, टाळ्या देत होते. उल्हासले होते आणि धक्क्याच्या दक्षिणेकडच्या बाजूला खचाखच गर्दी करत होते. पालकांनी मुलांना खांद्यावर घेतलं होतं आणि जरा मोठी मुलं मोठ्यांच्या गर्दीत पुढेपुढे घुसून चांगली जागा मिळवत होते.

तीच होती. पृथ्वीच्या पाठीवरचा एक विलक्षण जीव. आमच्याकडे येत होता.

बाळमाशानं झटपट काही श्वास घेतले आणि पाण्यात सूर मारला.

मी माझं डोकं पाण्यात खुपसलं.

दूरवरून आवाज ऐकू येत होते. असे आवाज, की ते मी यापूर्वी कधीच ऐकले नव्हते. ते प्रचंड, तीव्र आणि इतके मोठे होते, की त्यांची थरथर पाण्यातून माझ्यापर्यंत पोहोचत होती.

मग काहीच नाही. सारं शांत. काही जाणीव नाही. काही नाही. माझ्या तोंडातून निघणाऱ्या, माझ्या कानाजवळून जाणाऱ्या बुडबुड्यांची गुरगुर फक्त.

मी बाळमाशाला शोधलं. तो गेलेला होता. त्याला सापडली का ती? गेला का तो तिच्याबरोबर?

तेवढ्यात मला त्याच्या आईचा आवाज ऐकू आला. ती बोलत होती. आणि तिचा आवाज मधुर होता. त्या आवाजानं माझ्या चेहऱ्यावर हास्य फुललं.

ती गात होती. तिची टकटक आणि किलबिल एकत्र होत होती. ती क्षणभर थांबली आणि मग माळच सोडली. वरच्या-खालच्या स्वरांची आणि माझ्या ऐकण्याच्या मर्यादेच्या पलीकडील कित्येक स्वरांची. पुन्हा क्षणकाल शांतता. मग मला दुसरा आवाज ऐकायला आला. हा बाळमासाच असणार. तोच होता. तो बाळमासाच होता. त्याला ती सापडली होती. तो क्लिक् क्लिक् आवाज काढत होता. डुरकत होता.

तो काय सांगत होता आईला? ती काय म्हणत होती त्याला? सगळी सकाळ मी तुला शोधत होतो असं सांगत होता का तो तिला? आणि तो खरं म्हणजे घाबरला होता, पण काही मनुष्यप्राणी त्याच्याबरोबर राहिले आणि तिला शोधायला त्यांनी त्याला मदत केली.

ते एकमेकांना भेटले होते. तेच सगळ्यांत महत्त्वाचं होतं.

वरती येऊन मी स्टीव्हकडे पाहिलं. तो प्रचंड खूश झाला होता. त्याला भेटल्यापासून प्रथमच, स्टीव्हला भावनातिरेकानं बोलता येत नव्हतं. तो हसला. त्यानं मान हलवली आणि डोळ्यांच्या कोपऱ्यात जमा झालेला अश्रू बोटानं दाबून निपटून काढला.

बाळमासा आणि त्याची आई जीवरक्षक नौकेजवळ पाण्यावर आले. धक्क्यावरचा आणि नौकेवरचा प्रत्येक जण खूश झाला होता. हसत होता, दाखवत होता. देवमाशाच्या सौंदर्याचे कौतुकास्पद उद्गार काढत होता आणि आई आणि बाळ देवमाशाला एकत्र पोहताना पाहून

मंत्रमुग्ध झाला होता.

बाळमासा आणि आईनं सूर मारला आणि ते माझ्यापासून दहा फुटांवर वरती आले. आई आणि मुलाच्यामध्ये आपण येत नाही अशी खबरदारी मी घेत होते, पण ते पोहत माझ्यापाशी आले.

बाळमाशाची आई अतिभव्य होती. कमीत कमी पंचेचाळीस फूट – जास्तच, मला वाटतं जीवरक्षक नौकेपेक्षा जास्त लांब होती ती. ती संथपणे पोहत माझ्यासमोरून गेली. मी तिच्यासमोर एवढीशी वाटत होते. मी श्वास रोखून धरला, तिच्या शरीरातून येणारी प्रचंड शक्तिशाली ऊर्जा मला जाणवली, ती माझ्याशी बोलत होती? ती अगदी खालची ध्वनिकंपनं वापरत होती, की जी मला ऐकू येणार नाहीत, पण जाणवतील? मी एक पाऊलभर पुढे जाऊन नीट पाहिलं.

तिच्या कुशीवर पांढरट ठिपके होते. वरच्या जबड्याला खळ्या होत्या आणि हनुवटीवर ठिपके होते. तिच्या गळ्यावर तीन लांब खोबणी होत्या. ती खाताना या खोबणींमुळे गळ्याचा विस्तार होत असे. आणि मला तिच्या गुलाबी जिभेचंही दर्शन झालं. ती माझ्या हातापेक्षाही लांब होती आणि टनभर तरी वजनाची होती. तिच्या तोंडात उंचवटे होते. अन्न गाळण्यासाठी तिला त्याचा उपयोग होत होता. एकदा ती आर्क्टिक समुद्रात पोहोचली, की खायला सुरुवात केल्यावर उभयचर, मृदू शरीराचे प्राणी, कालवं, स्क्विड आणि इतर समुद्री जीव ती पाण्यातून गाळून खाणार होती,.

ती वळून माझ्यापासून पाच फुटांवर आली. इतकी महाकाय असूनही ती इतकी संथ हालचाल करू शकत होती, तिचा वेग आणि आकार याचा पुरेपूर अंदाज घेत होती. हे सारंच विलक्षण होतं. माझ्याइतक्या बारीकशा प्राण्याच्या अंगावरून न जाता, त्याच्या किती जवळ जाता येईल हे तिला माहीत होतं. एक गोल चक्कर घालून ती माझ्या आणखी जवळ आली. एवढं महाकाय शरीर माझ्याजवळ होतं, की मी अंतर्बाह्य थरारले होते. ती इतकी मोठी होती, की तिच्या शरीरामुळे येणाऱ्या लाटांनी मी मागे ढकलली जात होते. पण मी बळंच तिच्याजवळ जात होते.

तिनं माझ्याखाली सूर मारला. पाण्यातली हालचाल मला जाणवली. आणि आज सकाळी बांधाजवळ पाण्यात तीच माझ्याखालून पोहत

असणार असा मला एकदम साक्षात्कार झाला. तिथेच तिची बाळमाशाशी चुकामूक झाली. कुठल्याही आईनं केलं असतं, तेच तिनं केलं. पुन्हा परत धांडोळा घेतला. आपल्या बाळाला महासागरात शोधताना ती किती कासावीस झाली असेल. तिनं एक मोठा श्वास घेतला आणि फवारा उडवला. तिचा पूफ् आवाज साऱ्या धक्क्यावर घुमला. आणि वाऱ्यानं तिच्या फवाऱ्याला वाहून नेऊन नौकेतील लोकांच्या अंगावर पाणी उडवलं. ते मजेनं हसले. तिचा आकार आणि तिचा गोड स्वभाव यांनी ते भारून गेले होते.

पाणी म्हणजे जणू तिच्या अस्तित्वाचाच भाग असावा, अशा सफाईनं ती पाण्यात शिरली, जणू ते एकरूपच होतं. तिला पोहताना पाहून, बाळमासाही किती सुंदर पोहणारा आहे याची मला आठवण झाली आणि तो कसं तिच्याकडून सारं शिकला होता! त्या क्षणी मला जीवनातल्या आश्चर्यकारकतेची जाणीव झाली. आयुष्य किती अनपेक्षित घटनांनी भरलेलं आहे. त्या दिवशी मी समुद्रात असणं हे माझं भाग्य होतं.

शेपटीचा एक जोर लावून आई पाण्यात सुळकन शिरली. तिच्या पाऊलखुणाही अजस्र होत्य. सात ते आठ फुटांच्या. बाळमासा तिच्या मागोमाग गेलेला मी पाहिला. त्याच्या पाऊलखुणा फार तर दोन फुटांच्या असतील.

ती एकदम थेट माझ्या खाली आली. मी श्वास घेऊन खाली पाहिलं. मला तिच्या डोक्यचा वरचा राखाडी भाग तेवढा दिसत होता. ती केवळ तीन फुटांवर खाली होती. मी हात पुढे केला असता तर तिला लागला असता. त्या एकाच क्षणी मी चकित झाले होते, घाबरले होते आणि उत्तेजित झाले होते. तिच्याएवढ्या अवाढव्य आकाराच्या कशाहीबरोबर मी जन्मात यापूर्वी कधीही पोहले नव्हते. माझं हृदय जोरात धडधडत होतं.

शेपटीच्या दोन-तीन फटकाऱ्यांत ती वेगानं पोहत होती. चार ते पाच नॉट्सच्या वेगानं. पण ती इतकी मोठी होती, की तिचं डोकं, पाठ आणि शेपूट असं सगळं माझ्याखालून पार व्हायला तीन सेकंद लागले. अचानक वाळूत ती माझ्यापासून दोन फुटांवर आली. ती माझ्या एकदम शेजारी होती. एक क्षणभर मी तिच्या गालाला स्पर्श केला. तो स्पर्श

रबरासारखा लागला आणि जिथे बारनॅकल* होते, तिथे खरखरीत लागत होतं. तिच्या मोठमोठ्या तपकिरी डोळ्यांत प्रकाशाची चमक होती. बाळमाशाबद्दल मला जाणवलं होतं, तसंच एक आंतरिक बंधन मला तिच्याबद्दल जाणवलं. ती माझ्याकडे पाहत होती. मी तिच्याकडे पाहत होते. आम्ही एकमेकींच्या डोळ्यांत पाहत होतो.

ती जणू आभार मानत असावी – निदान मला तरी तसं वाटलं. मी इतकी आनंदित झाले होते, की ती खरंच तिथे आहे यावर माझा विश्वास बसत नव्हता.

बाळमाशाला कुशीत घेऊन तिनं आणखी एकदा आमच्याभोवती चक्कर मारली. जणू ती आम्हाला दाखवत होती, की बाळमासा आता तिच्यापाशी आहे आणि आता सगळं ठीक होईल.

तिनं बाळमाशाला किंचित धक्का दिला आणि तो तिच्या आणखी जवळून तिच्या डोक्याजवळून पोहू लागला. त्यानं हलकेच गुरगुर केली. तिनं उत्तर दिलं. तो आणखी काहीतरी म्हणाला. आता मला वाटतं, ते निरोपाचे शब्द असतील.

जितक्या शक्तीनिशी विचार करता येईल आणि भावना जाणवू शकतील, तितक्या जोरात मी विचार केला. टाटा बाळमाशा, टाटा बाळमाशाची आई. मला स्वत:ला कधीही कळू शकल्या नसल्या अशा गोष्टी तुम्ही मला दाखवल्या. शब्दांवाचून कसं समजावं, ऐकावं आणि जाणवावं ते तुम्ही मला शिकवलं. अगदी अनंतापर्यंत पोहोचणारे शब्द वापरले, तरी मला तुमच्याबद्दल काय वाटतं ते व्यक्त करायला पुरेसे नाहीत.

ते नौकांखालून आणि माझ्याखालून पोहत गेले. आणि मला त्यांच्याबद्दल जे वाटत होतं तेच त्यांनाही माझ्याबद्दल वाटत असेल एवढी मला आशा होती. तुम्ही आता दूर चाललात, पण तुम्ही कायम माझ्या हृदयात आणि स्वप्नात असाल. तुमच्या आठवणीनं माझ्या चेहऱ्यावर हसू उमटेल आणि हा दिवस कायमचा माझ्या स्मरणात राहील.

■

---

* बारनॅकल हे एक प्रकारचे प्राथमिक अवस्थेतील संधिपाद प्राणी आहेत. खेकडे आणि लॉबस्टर यांचे दूरचे नातेवाईक. ते समुद्राच्या उथळ भागात, जिथे वारंवार लाटांचं पाणी येतं, त्या भागात वस्ती करतात.

१०.

बाळमाशानं आणि त्याच्या आईनं फवारे उडवले आणि त्यांच्या बदामाकृती फवाऱ्यावर बरोबर ऊन पडलं. त्या फवाऱ्यात एकाशेजारी एक दोन इंद्रधनुष्यं उमटली होती; एक छोटं, एक मोठं. पुन्हा एकत्र येऊन त्यांना किती आनंद झाला होता, बाळमासा किती उत्तेजित झाला होता आणि त्याच्या आईला त्याच्याबद्दल किती काळजी वाटत होती हे दिसत होतं.

जीवरक्षक नौकेजवळून ते पुढे उत्तरेकडे बांधाच्या दिशेनं निघून गेले. आपल्या आईच्या लांब-रुंद प्रवाहात बाळमासा पोहत होता. जीवरक्षक त्यांच्या मागोमाग गेले.

बाळमासा निघून गेला. मला हेच तर हवं होतं. याच विश्वासावर मी इतके तास काढले होते. चंदेरी पाण्यातून जाणारी, आडव्यातिडव्या प्रवाहांमधून लीलया जाणारी, मिनिटागणिक लहानलहान होत जाणारी त्याची आकृती मी पाहात होते. त्याच्यापाठी समुद्र अधिक मोठा वाटत होता. तो आता मला पुन्हा कधीच दिसणार नाही हे मला माहीत होतं. पण आयुष्यात काही काही अनुभव असे असतात, की तुम्ही कुठेही जा, काहीही करा, ते अनुभव सदैव तुमच्या सांगाती असतात.

स्टीव्हचे बाहू धक्क्याच्या कठड्यावर विसावले होते. उन्हापासून बचाव करण्यासाठी त्यानं डोळ्यांवर पंजा आडवा धरला होता. माझ्याकडे खाली बघून त्यानं आत्मविश्वासानं मान हलवली. तो हसला तसा त्याच्या मिशाही वळल्या. बाळमाशाचं आता कुशल झालं होतं हे त्याला माहीत होतं. त्याच्या आतमध्ये चाललेल्या भावनांच्या आवर्तात तो क्षणभर आनंदी दिसे, तर दुसऱ्या क्षणी दुःखी

''किती विलक्षण सकाळ!'' मी म्हणाले.

स्टीव्ह मनापासून हसला आणि त्यानं एक-दोनदा मान हलवली. त्याच्या

भावना उचंबळून आल्या होत्या. गालावरचा अश्रू त्यानं हलकेच टिपला.

मला त्याच्याबद्दल आगळीच ममता आणि आदर वाटू लागला. त्याची थांबण्याची आणि देवमाशाला मदत करण्याची तयारी, बाळमाशाच्या आईला आपण शोधून काढू शकू हा त्याचा विश्वास; त्याला कधीही शंका आली नाही आणि त्यानं कधीही धीर सोडला नाही.

बांधामागे देवमासे दिसेनासे होईपर्यंत आम्ही त्यांना पाहात होतो. ते गेल्यावर बांधावरच्या जमावानं जल्लोष केला आणि बाबांच्या खांद्यांवर उंच बसलेल्या लहानग्यांनी बाळमाशाला आणि त्याच्या आईला हात हलवून निरोप दिला.

जीवरक्षकांनी मला किनाऱ्यापर्यंत नौकेतून नेण्याची तयारी दाखवली आणि मी ती आनंदानं स्वीकारली. मी जाम गारठले होते, दमले होते आणि मला प्रचंड भूक लागली होती. किनाऱ्यालगतचे शेवटचे काही यार्ड पोहण्यासाठी मी पाण्यात उडी घेण्याअगोदर 'क्वीन मेरी' बोटीजवळ गस्त घालणाऱ्या लाँग बीचवरील जीवरक्षक नौकेला त्यांनी रेडिओ संदेश पाठवला होता.

त्यांना देवमासे दिसले होते. आई-बाळ योग्य मार्गाने चालले होते. लाटांबरोबर ताशी तीन ते चार मैल वेगानं आणि ऊन पाठीवर घेत.

क्वीन मेरी जवळच्या जीवरक्षकांनी लॉस एंजेलीस बंदराच्या बाहेरच्या कडेपर्यंत देवमाशांची पाठराखण केली आणि बंदरात ये-जा करणाऱ्या मालवाहू बोटींना देवमासे कुठे पोहत होते हे कळावं याची खबरदारी घेतली.

अलास्काच्या दिशेनं निघालेल्या आणखी तीन देवमाशांच्या जथ्याला बाळमासा आणि त्याची आई जाऊन मिळाले.

मी किनाऱ्यावर आले, तेव्हा माझी पावलं बधिर झाली होती, पण माझ्या बोटांतली वाळू मऊ मऊ उबदार होती. कुडकुडत खाली वाकून पुळणीतून चालताना मी चेहऱ्यावरचे तपकिरी हिरवट प्लँक्टॉन्स निपटून काढले, पार्किंग लॉट पार केला आणि सील बीच जीवरक्षक स्थानकावर हजर असलेल्या जीवरक्षकांना विचारलं, की मी चटकन घरी एक फोन करू का, कारण घरी वाट बघत असलेल्या पालकांना मला सांगायचं होतं, की माझा सराव अपेक्षेपेक्षा काही तास लांबला होता आणि मी घरी निघालेच होते.

नंतर मग घरी टेबलावर बसून न्याहारी करता करता मी सकाळी

काय घडलं ते आई-बाबांना सांगितलं. मी त्यांना सांगितलं, की मी देवमाशाच्या एका पिल्लाबरोबर पोहत होते आणि त्याची आई शोधायला मित्रांनी मदत केली. या गोष्टीचा मी काही फार मोठा बाऊ केला नाही.

त्यानंतर पुष्कळ वर्षं लोटली.

कॅलिफोर्नियाच्या किनाऱ्याबाहेर पोहताना माझी नजर राखाडी देवमाशांना शोधत असते. बाळमाशाचं पुढे काय झालं असेल असा विचार पुष्कळदा माझ्या मनात येतो. आर्क्टिकचा अवघड समुद्र पोहून तो गेला असेल का? बाखा जवळच्या बेटांलगत तो ऊन खात पोहला असेल का? तो आता मोठा झाला असेल का?

आत्तापर्यंत त्याचं वय तीस वर्षांपेक्षा जास्त झालं असेल. अजून त्याची वाढ होत असेल. तो शक्ती कमवीत असेल. नशीबवान असेल, तर तो पन्नाशी गाठेल. त्याला सहचरी मिळाली असेल का? त्याची स्वत:ची पिल्लं असतील का?

हिवाळ्यात, वसंतात आणि शिशिरात, जेव्हा मी महासागरात पोहत असते तेव्हा कॅलिफोर्निया किनाऱ्याजवळून स्थलांतर करून जाणारे राखाडी देवमासे पाहिले, की मला वाटतं बाळमासा यांच्यातच असेल. तो सगळ्यांत पुढे असेल. शक्तिमान आहे आणि गात चालला आहे. तो त्याची ध्वनीयंत्रणा वापरत आहे. इतर देवमाशांना मार्ग सांगतो आहे. तो कुठे कुठे जाऊन आला त्या ठिकाणांबद्दल सांगतो आहे. दूरवरचे समुद्र आणि किनारे यांच्याबद्दल सांगतो आहे. त्या पाण्यात मी कधीही गेलेले नाही. अशा महासागरात केवळ राखाडी देवमासेच पोहू शकतात. कसं असेल त्यांच्याबरोबर पोहणं?

राखाडी देवमासे माझ्यासमोरून जातात, त्यांना पाण्यातून एकत्र जाताना मी पाहते, तेव्हा बाळमाशाला भेटलेल्या दिवशी मला जसा विस्मय आणि चमत्कार वाटला होता तसाच आजही वाटतो.

कधीतरी पोहताना क्षण दोन क्षण मला अचानक पाण्यात निराळीच खळबळ जाणवते. एका शक्तिशाली ऊर्जाप्रवाह, बाळमासा मला भेटला त्या सकाळी जाणवला होता तसाच. आणि मग लीलया पाण्यातून जाणारं ते जिवंत सौंदर्य, दूरवरच्या क्षितिजाकडे निघालेले देवमासे मला दिसतात.

■